அபூர்வ மனிதர்கள்

# அபூர்வ மனிதர்கள்
## தி. ஜானகிராமன் (1921–1982)

தி. ஜானகிராமன் தஞ்சை மாவட்டம் மன்னார்குடியை அடுத்த தேவங்குடியில் பிறந்தவர். பத்து வருடங்கள் பள்ளியாசிரியராகப் பணியாற்றியவர். பின்பு அகில இந்திய வானொலியில் பணியாற்றி ஓய்வுபெற்றார். கர்நாடக இசை அறிவும் வடமொழிப் புலமையும் பெற்றிருந்தவர்.

1943இல் எழுதத் தொடங்கிய தி.ஜானகிராமன், 'மோக முள்', 'அம்மா வந்தாள்', 'மரப்பசு' உள்ளிட்ட ஒன்பது நாவல்கள், நூற்றுக்கும் மேற்பட்ட சிறுகதைகள், மூன்று நாடகங்கள், பயண நூல்கள் ஆகியவற்றை எழுதினார். சிட்டியுடன் இணைந்து எழுதிய 'நடந்தாய் வாழி காவேரி' பயண இலக்கிய வகையில் முக்கியமான நூலாகக் கருதப்படுகிறது.

'மோக முள்', 'நாலு வேலி நிலம்' ஆகியன திரைப்படமாக்கப் பட்டுள்ளன. 'மோக முள்', 'மரப்பசு', 'அம்மா வந்தாள்' ஆகிய நாவல்களும் பல சிறுகதைகளும் இந்திய, ஐரோப்பிய மொழிகளில் மொழிபெயர்க்கப்பட்டிருக்கின்றன.

1979இல் 'சக்தி வைத்தியம்' சிறுகதைத் தொகுப்பிற்கு சாகித்திய அக்காதெமி விருது வழங்கப்பட்டது.

## ஆசிரியரின் காலச்சுவடு வெளியீடுகள்

*நாவல்*
- மோக முள்
- அம்மா வந்தாள்
- செம்பருத்தி
- மரப்பசு
- உயிர்த் தேன்
- நளபாகம்
- மலர் மஞ்சம்
- அன்பே ஆரமுதே
- அமிர்தம்

*சிறுகதை*
- கொட்டு மேளம்
- சிலிர்ப்பு
- சிவப்பு ரிக்ஷா
- தி. ஜானகிராமன் சிறுகதைகள் (முழுத் தொகுப்பு)
- கச்சேரி
- பாயசம்

*குறுநாவல்*
- அடி
- தி. ஜானகிராமன் குறுநாவல்கள் (முழுத் தொகுப்பு)

*பயண நூல்*
- நடந்தாய் வாழி காவேரி (சிட்டியுடன்)
- கருங்கடலும் கலைக்கடலும்
- உதய சூரியன்
- அடுத்த வீடு ஐம்பது மைல்

*கட்டுரைகள்*
- தி. ஜானகிராமன் கட்டுரைகள்

தி. ஜானகிராமன்

# அபூர்வ மனிதர்கள்

காலச்சுவடு பதிப்பகம்

அன்பார்ந்த வாசகருக்கு,

வணக்கம்.

காலச்சுவடு நூலை வாங்கியமைக்கு நன்றி.

நூலின் உள்ளடக்கம், உருவாக்கம், அட்டைப்படம் இன்ன பிற அம்சங்கள் பற்றிய உங்கள் கருத்துகளையும் ஆலோசனைகளையும் காலச்சுவடு வரவேற்கிறது. தகவல், எழுத்து, வாக்கியப் பிழைகள் தென்பட்டால் அவசியம் தெரிவித்து உதவுங்கள். நூல் தயாரிப்பில் கடும் குறைபாடு இருப்பின் மாற்றுப் பிரதி உங்களுக்குக் கிடைக்கக் காலச்சுவடு ஏற்பாடு செய்யும்.

**மின்னஞ்சல்: publisher@kalachuvadu.com**

காலச்சுவடு நாகர்கோவில் அலுவலகத்திற்குக் கடிதம் அனுப்பலாம்.

தங்கள்
**எஸ்.ஆர். சுந்தரம் (கண்ணன்)**
பதிப்பாளர் – நிர்வாக இயக்குநர்

அபூர்வ மனிதர்கள் ❖ வாழ்வியல் சித்திரங்கள் ❖ ஆசிரியர்: தி.ஜானகிராமன் ❖ © உமா சங்கரி ❖ முதல் பதிப்பு: டிசம்பர் 1984 ❖ காலச்சுவடு முதல் பதிப்பு: ஜனவரி 2016, ஒன்பதாம் பதிப்பு: ஏப்ரல் 2025 ❖ வெளியீடு: காலச்சுவடு பப்ளிகேஷன்ஸ் (பி) லிட்., 669, கே.பி. சாலை, நாகர்கோவில் 629001

**apuurva manitarkaL** ❖ Life Sketches ❖ Author: Thi. Janakiraman ❖ © Uma Shankari ❖ Language: Tamil ❖ First Edition: December 1984 ❖ Kalachuvadu First Edition: January 2016, Ninth Edition: April 2025 ❖ Size: Demy 1 x 8 ❖ Paper: 18.6 kg maplitho ❖ Pages: 104

Published by Kalachuvadu Publications Pvt. Ltd., 669 K.P. Road, Nagercoil 629001, India ❖ Phone: 91-4652-278525 ❖ e-mail: publications @kalachuvadu.com ❖ Printed at Adyar Students xerox Pvt. Ltd., No. 275 Habibullah Road, Triplicane high Road, Opp Triplicane Post Office, Triplicane, Chennai 600005

ISBN: 978-93-5244-008-5

04/2025/S.No. 684, kcp 5675, 18.6 (9) uss

# பொருளடக்கம்

| | |
|---|---|
| பூட்டுகள் | 9 |
| பாரிமுனை டு பட்ணபாக்கம் | 15 |
| கம்ப்ளெய்ண்ட் | 20 |
| வேதாந்தியும் உப்பிலியும் | 26 |
| மக்களை ஈர்த்த மகராசர் | 32 |
| நாதரட்சகர் | 38 |
| மிஸஸ் மாதங்கி | 44 |
| மிஸ்டர் கோடு கோடு கோடு | 52 |
| பத்து செட்டி | 58 |
| உதட்டுக்காரப் பையன் | 66 |
| கைகாட்டி | 72 |
| விஞ்ஞான வெட்டியானும் ஞான வெட்டியானும் | 77 |
| 23இ – பேருந்தில் | 84 |
| காவலுக்கு | 91 |
| . . . ப்பா | 98 |

# பூட்டுகள்

"ரொம்ப பிஸியா இருக்காப்பிலியோ?"

புத்தான் துவாரத்தில் நூல் கோத்த ஊசியை நுழைத்துக் கொண்டிருந்தவன் நிமிர்ந்து பார்த்தேன். உப்பிலி இடைக்கழி நிலையில் நாதாங்கியில் ஒரு கையும், எதிர் நிலையில் ஒரு கையுமாக முதுகை முன்னே வளைத்து எட்டிப் பார்த்துக்கொண்டிருந்தார். பல் எல்லாம் தெரிகிற புன்னகை. கால், நிலைக்கப்பால் இடைக்கழியில்.

"ஒரு பிஸியும் இல்லை. புத்தான் விழுந்துடுத்து தைச்சிண்டிருக்கேன். வாங்கோ."

"பரவால்லே."

"என்ன பரவால்லெ. படிதாண்டா விரதமா – வாங்கோ."

"இல்லெ ஸ்வாமி – அவசரம். ஊருக்குப் புறப்பட்டுண்டிருக்கேன்..."

"எந்தூருக்கு?"

"அம்மா சத்திரத்திலெ ஒரு கல்யாணம்."

"உள்ள வந்து சொல்லலாமே. ஊருக்குப் புறப்பட்டுண்டிருக்கேன்கறேள். சட்டை கூட போட்டுக்கலெ எப்ப போறதாக?"

"பதினொரு மணி வண்டிக்குத்தான்."

"மணி எட்டுக்கூட அடிக்கலியே. இன்னும் மூணு மணி நேரம் இருக்கே. வாங்களேன்."

“காரியம் இருக்கு ஸ்வாமி. சமாசாரத்தைச் சொல்லிட்டுப் போயிடலாம்னு வந்தேன்” என்று நிலையைத் தாண்டி எடுத்து வைத்தார் உப்பிலி. ஸ்டூல் மீது உட்கார்ந்தும் கொண்டார்.

“எப்ப? யாருக்குக் கலியாணம்? எந்த ஊர்ல?”

“ஒண்ணுமில்லெய்யா. எங்க அண்ணா மாப்ளெயோட தங்கைக்குக் கலியாணம். கிட்டின உறவும் இல்லே. ஆனா அண்ணா கோச்சுக்குவன், கோச்சுக்கறான். அண்ணா மாப்ளெ கொஞ்சம் வெறப்பு. “நீயும் வரணும்டா உப்பிலி! இல்லேன்னா நாக்கிலெ நரம்பில்லாமெ ஏதாவது பேசிடுவா. நீங்களெல்லாம் பெரிய இடம்; பணக்காரா, என் தங்கைக்குக் கலியாணம்னா வருவாளா உங்கள் தம்பி, அவர் குடும்பம் எல்லாம்னு உன்னைத் தாண்டா முதல்லெ இழுப்பன். பேசாம வீட்டைப் பூட்டிண்டு எல்லாரையும் அழைச்சிண்டு வா. தலையைக் காமி. தாலி கட்டற வரைக்கும் இரு. ஒரு வா சாப்பிடு. திரும்பி வந்துடுங்கறான் அண்ணா. தட்ட முடியலெ. நாளை சாயங்காலத்துக்குள்ள வந்துடுவோம். நீர் வாசல்லெ வந்து சித்த வீட்டைப் பார்த்துக்கணும். கொல்லைப் பக்கம் மத்யானம் சாயங்காலம், ராத்திரி படுத்துக்கப் போறதுக்கு முன்னாலெ ரண்டு தடவை அப்படிக் கொஞ்சம் போய்ப் பார்த்துண்டா போதும்...”

“படுத்துக்கப் போறதுக்கு முன்னாலெ என்ன? ராத்திரியும் ரண்டு தடவை முழிச்சிண்டு போய் கொல்லைப்புறம் போய்ப் பார்த்துக்கறேன். என்ன ப்ரமாதம்!”

“ராத்ரி எப்படி முழிச்சிப்பேள் ரண்டு தடவை” என்று பல் தெரிய சிரித்தார் உப்பிலி.

“அலாரம் வச்சுக்கறேன் நடுநிசிக்கு எழுப்பறதுக்கு ஒரு தடவை பார்த்துட்டு வந்து, அதை விடியகாலம் மூணுமணிக்குத் திருப்பி வச்சுக்கறது.”

“என்னத்துக்கு அத்தனை சிரமம்!... சரி. ரண்டு தடவை பார்த்துண்டா நல்லதுதான் இருந்தாலும்...”

“பரவால்லெ”

“என்னோட டார்ச் லைட்டையும் கொடுத்துட்டுப் போறேன். ஒரு சமயம் ராத்ரி கரண்டு ஆஃப்பாயிடுத்துன்னா.”

மடியை அவிழ்த்து ஒரு சின்ன டார்ச் விளக்கை எடுத்து மேஜை மீது வைத்தார் உப்பிலி.

“நீங்களும் பார்த்துக்கோங்கோ” என்று பார்வையைத் திருப்பினார். நானும் திரும்பினேன். என் மனைவி அடுக்களை நிலையில் நின்று கொண்டிருந்தாள்.

"நாளை சாயங்காலத்துக்குள்ள வந்துடுவோம்." என்றார் அவளைப் பார்த்து.

பிறகு என்னைப் பார்த்தார் "யாராவது வந்து கேட்டா, நான் அவ்வளவு தூரம் போயிருக்கேன்னு சொல்ல வாண்டாம். அக்கரைக்குக் கல்யாணம் விசாரிக்கப் போயிருக்கா. இன்னிக்கு ராத்ரிலே எட்டு மணிக்கே வந்துடுவான்னு சொல்லி வையுங்கோ, பொன்னுச்சாமி கிட்டவும் அப்படியே சொல்லுடான்னு சொல்லியிருக்கேன். வாசல்லெ திண்ணையிலெயே அவனைப் படுத்துக்கச் சொல்லியிருக்கேன். ராத்திரி மட்டும் நீங்க படுத்துக்கப் போறதுக்கு முன்னாலெ அவனை உங்க வீட்டுக்குள்ளாகவே கொல்லை வரையில் பார்த்துட்டு வரச் சொல்லியிருக்கேன். உங்களை டிஸ்டர்ப் பண்ணாம போய்ட்டு வந்துடுவன். நீங்களும் ராத்திரி ஏந்துண்டு ரண்டு தடவை பார்க்கறேன்னேளே அப்ப அவனை எழுப்பிக் கூட அழைச்சிண்டு போகலாம். துணைக்கு அவசியம் இல்லே இருந்தாலும் ஒரு ஹத்து. ஒருத்தர் கூட இருந்தா சித்தை மனசுக்குத் தெம்பு."

இன்னும் சில பந்தோபஸ்துகளைக் கூறிவிட்டு "டார்ச் லைட்டை நாளைக்கு நான் வந்தப்பறம் கொடுத்தாப் போரும். பொன்னுசாமிட்ட கொடுக்க வாணாம்" என்று டார்ச் விளக்கு, வீடு எல்லாவற்றையும் காபந்து பண்ணிவிட்டு இடையில் வந்து அவர் துடை மீது உரசிக்கொண்டு நின்ற நாலு வயது பையனையும் அழைத்துக்கொண்டு போனார் உப்பிலி.

சற்றுக்கழித்து அவன் மனைவி வந்தாள், என் மனைவியிடம் மாலையில் பசும்பால்காரி வந்ததும் பாலை வாங்கி வைத்துக் கொள்ள வேண்டும் என்றும் அவளிடமும் தாங்கள் ஊரில் இல்லாததைச் சொல்ல வேண்டாம் என்றும் பசும் பாலை நாங்கள் உபயோகித்துக்கொள்ளலாம் என்றும் அதற்கான காசைக் கொடுக்கவேண்டியதில்லை என்றும் அதற்குப் பதிலாக நாளை மாலை அவர்கள் ஊரிலிருந்து திரும்பி வந்ததும் தனக்கும் கணவனுக்கும் காப்பி மட்டும் போட்டு ஒவ்வொரு டம்ளர் கொடுத்தால் போதும் (பிரயாணக் களைப்புத் தீர) என்றும் சொல்லிவிட்டுப் போனாள்.

பத்து மணிக்கு அடுத்த வீட்டிலிருந்து குழந்தைகள் கத்தும் சத்தம். உப்பிலியின் மனைவி குழந்தைகளுக்குத் தலை வாரிப் பின்னும்போது சிடுக்குகளைக் கீற உபாதை எழுப்பும் கூச்சல்கள். ரெயிலடி ஒன்றரை மைல் தூரம் பத்தேகாலுக்காவது கிளம்பினால் தான் ரெயிலடிக்குப் போகிற சாலையில் ஆயச்சல் மேடு பள்ளங்களைக் கடந்து உப்பிலியின் மாட்டு வண்டி எலும்புகளை நொறுக்காமல் பெருநடையாகப் போகமுடியும். ஆனால் ஒன்பது

மணிக்கே சட்டை முதலியவற்றைப் போட்டுக் குழந்தைகளைத் தயார் செய்தால் ஊருக்குப் போகிற செய்தி அண்டை அயலுக்குத் தெரிந்துவிடும் என்று புறப்படச் சிறிது நேரத்திற்கு முன்பே இந்த வாத்சல்யப் பணியை மேற்கொண்டிருந்தாள் கஸ்தூரி அம்மாள். இடையிடையே கொல்லைக் கதவு, இரண்டாம் கட்டின் கதவு, இரண்டாம் கட்டின் நடைக்கதவு இவற்றின் தாழ்ப்பாள்களின் ஓசையும் அவற்றைப் பூட்டும் ஓசைகளும் கேட்டன. மீண்டும் அந்தக் கதவுகள் திறக்கப்பட்டு சாத்தப்பட்டு தாழ் – பூட்டுகளின் ஓசைகள்.

இந்த மத்தியில் பொன்னுச்சாமி தெருக்கோடியில் உள்ள உப்பிலியின் புளியங் கொல்லைக் கொட்டகையிலிருந்து வண்டி யைப் பூட்டி வந்து வாசலில் அவிழ்த்துப் போட்டிருந்தான்.

பத்து இருபத்தைந்துக்கு அடுக்களைக் கதவு முன்கதவு இடைக்கழிக் கதவுகள் சாத்திப் பூட்டப்பட்டன. குழந்தைகள் வாசலில் வந்து நின்றார்கள். பொன்னுச்சாமி ஒரு பெட்டியையும் இரண்டு பைகளையும் திண்ணையில் கொண்டு வைத்தான். பிறகு ஏழு வயதுப் பெண்ணும் நாலு வயதுப் பையனும் வந்தனர். கஸ்தூரி அம்மாள் கையில் ஒரு பையுடன் பட்டுப் புடவையும் வைர அட்டிகையும் கல்லிழைத்த கை வளைகளுமாக வந்தாள். பொன்னுச்சாமி மாடுகளை அதட்டி வண்டியைப் பூட்டினான். குழந்தைகளும் கஸ்தூரியும் வண்டியில் ஏறினார்கள்.

உப்பிலியும் வந்தார். ஒல்லி உடம்பும் திருமண்ணும் உயரத்தி னால் சற்றே வளைந்த முதுகும் தட்டுச் சுற்றுப் பட்டுக்கரை வேட்டியும் கழுத்து மூடின சட்டையும் செருப்பும் குடையுமாக நின்றார். வண்டிக்குள் ஏறுவதற்குள் ஏதோ ஞாபகமாக, மீண்டும் வாசல் பூட்டைத் திறந்து தாழை அகற்றி, இரண்டாம் கட்டின் நடைக் கதவு, இரண்டாம் கட்டுக் கதவு, கிணற்றங்கரைக் கதவு கொல்லைக் கதவு எல்லாவற்றையும் மீண்டும் ஒரு முறை திறந்து கொல்லைப்பக்கம் ஒரு முறை எட்டிப் பார்த்துக் கதவுகளை ஒன்றன் பின் ஒன்றாகச் சாத்தித் தாழிட்டுப் பூட்டி வாசல் கதவையும் பூட்டிவிட்டு வாசலில் வந்து பொன்னுச்சாமி நுகத்தடியை அழுத்திக்கொள்ள ஒருகாலை வண்டியின் மிதிபட்டையில் வைத்து என்னைப் பார்த்து "வரேன் ஞாபகமிருக்கட்டும் நான் சொன்னதெல்லாம்" என்று பற்கள் தெரிய கன்னம் நிரம்ப, கண்கள் சுருங்கப் புன்னகைத்துவிட்டு வண்டியில் ஏறினார். இனி எந்தத் திருடனும் வரமாட்டான் என்று எனக்கும் என் மனைவிக்கும் நம்பிக்கை திடமாயிற்று. இத்தனை தடவை திறந்து சாத்தித் தாழிட்டுப் பூட்டின இத்தனை கதவுகளை யார் திறக்க முடியும்? யார் திறக்கத் துணிவான்? பால்காரிக்கும் தெரியப்

போவதில்லை. நான் வேறு இருக்கிறேன். என் மனைவி – பிறகு பொன்னுசாமி வேறு. பயமில்லை.

பொன்னுசாமி தலைப்புக்கயிற்றை லாகவமாக உள்ளங் கையில் உருவி இடது மாட்டின் பின் பக்கத்தைச் சிறிது ஒதுக்கி ஒரு எம்பு எம்பி உட்கார்ந்து 'த' என்றதும் விறுட்.

வண்டி கிளம்பிவிட்டது.

குழந்தைகள் எங்களுக்கு டாட்டா காட்டின. உப்பிலியின் மாடுகள் புலிகளாய்ப் பாயும். ஒரு நான்கு கணத்தில் தெருத் திருப்பத்தில் மறைந்துவிட்டது.

மணி பத்து முப்பத்தைந்து. அதனால் என்ன? ஆய்ச்சலோ, குண்டோ, குழியோ ஒன்றரை மைல் போக உப்பிலியின் மாடு களுக்குப் பத்தே நிமிஷம். டிக்கட் வாங்கிய பிறகு ஐந்து ஏன், பத்து நிமிஷம் காத்திருக்கலாம். பத்து ஐம்பத்தெட்டுத்தான் ரயில்.

"ஐயையோ" என்று உள்ளேயிருந்து என் மனைவி கத்திக் கொண்டு ஓடி வந்தாள்.

"என்ன என்ன?"

"குழந்தை கத்தறதே."

"குழந்தையா!"

"ஆமான்னா – கஸ்தூரி மாமியோட கைக் குழந்தைதான். தொட்டில்லேர்ந்து கத்தறாப்பல இருக்கு."

"என்ன பேத்தறே?"

"பேத்தறேனா... வந்து கேளுங்களேன்." கையை உதறி உதறி ஏதோ புருஷனைக் கீழே விட்டுவிட்டு ரயில் தன்னை மட்டும் ஏற்றிக்கொண்டு நகர்ந்துவிட்டாற் போல் கத்தினாள் மனைவி.

உள்ளே ஓடினேன். ஆமாம். அடுத்த வீட்டிலிருந்துதான் சத்தம். குழந்தை தான்.

"அந்த மாமி குழந்தையை எடுத்துண்டு போனாப்பல இருந்ததே – நான் பார்த்தேனே."

"இல்லே நான் பார்க்கலே. கையில் குழந்தை இல்லெ. கோதையும் கண்ணனும் தான் ஏறிண்டது. அதுகளைத் தான் நான் பார்த்தேன்..."

வீல் வீல் என்று வ்ராச் வ்ராச் என்று மூச்சு நின்று விடுவது போல ஒரு குழந்தையின் கத்தல். இந்த வீட்டு மனைவியின் கை உதறல், நான் அடுத்த வீட்டு வாசலுக்கு ஓடினேன். திரும்பி வந்தேன். சாவிக் கொத்தை எடுத்துக்கொண்டு ஓடினேன்.

ஐந்து நிமிஷம் ஆய்விட்டது. குழந்தையின் கத்தல்.

உப்பிலியின் வண்டி தெரு திரும்பிற்று. வண்டி வந்து நின்றது. உப்பிலி இறங்கினார். ஓடி வந்தார். வெள்ளி மோதிரம் போட்ட ஆள்காட்டி விரலில் சாவிக்கொத்துடன் ஆளோடியில் ஏறினார். அவர் மனைவி இறங்கினாள்.

"பொகு சமத்து. வழிச்சுண்டு சிரிப்பா," என்று பல்லைக் கடித்தார்.

"ம்க்கும். கௌம்பு கௌம்புன்னு கிட்டி கட்டினேள் என்னமோ தீவட்டிக் கொள்ளக்காரன் வந்துடறாப்போல கொல்லைக்கும் வாசலுக்கும் எத்தனை நடை, எத்தனை தடவை பூட்றது திறக்கறது. அப்பா – அப்பா போறும்." கஸ்தூரி மாமி உருட்டி விழிக்கிறாள்.

"ஏண்டி நானா பத்து மாசம் சுமந்தேன்? பேசாதே. குழியவேற பறிக்கிறியே."

"ம்க்கும் பறிக்கிறேன். மெதுவாப் பேசட்டும்."

கதவு திறந்தது. இடைக்கழிக் கதவு திறந்தது. ஒரு நிமிஷம் கழித்து குழந்தை அழுகை நின்றது.

குழந்தைகள் இறங்கி வந்தன.

பொன்னுசாமி வண்டியை அவிழ்த்துச் சக்கரத்தில் மாடு களைக் கட்டினான்.

இனிமேல் மாலை மூன்றே முக்காலுக்குத்தான் அடுத்த ரயில்.

❍ ❍ ❍

"ஓய் தீட்சிதரே. இப்படியுமா ஒரு தாயாருக்கு மறந்துபோகும்?"

"போச்சுய்யா போச்சு. எங்கிட்டத்தான் சொல்லிண்டார் உப்பிலி. நான் தான் இன்னிக்கு ராத்திரி பசும்பாலை வாங்கிண் டேன். ராத்திரி அலாரம் வச்சு ரண்டு தடவை கொல்லைப் பக்கம் பாட்டரி வெளிச்சத்திலே போனேன். கன்னம் வைக்கிறவன் தீவட்டிக் கொள்ளைக்காரன்லாம் வராம நான் தான் இந்த தண்டு தீட்சிதன் தான் பார்த்துண்டேன் போருமா."

"நல்ல பொம்மனாட்டி நல்ல தாப்பாள்யா."

"உங்களுக்குப் பணத்தோட சொத்தோட அருமை தெரியுமா? பேசாம இரும்." தண்டுதீட்சிதர் என்னை இடித்துக் காட்டினார். தன்னையும் சேர்த்துக்கொண்டார்.

*தினமணி கதிர்*, 18.6.82

# பாரிமுனை டு பட்டணபாக்கம்

"ம்... ம்... ஆவட்டும், ஆவட்டும். ஏறேன்யா சட்சட்னு..."

"கால ஊனித்தானே ஏறனும் மிஷ்டர், ஆவட்டும் ஆவட்டும்னு நீ சொன்னா ஆயிடுமா! படாபட் படாபட்னு சொல்லிக்கினு இருந்திச்சு அந்தப் பொண்ணு. பாவம் பூட்டுது. நானும் பூடனும்னு பார்க்கிறியா? நான் இப்படியே கீழே உழுந்தா உன்னல்ல மிஷ்டர் போலீஸ் புச்சுக்கும் – உன்ன மட்டுமா டைவரையும் சேத்துப் புச்சுக்கும்."

"அட ஏறுய்யா. உனக்கு முன்னால ஏறினவரு, அதோ அங்கின போய் சீட்டுல உட்கார்ந்துட்டாரு. என்னமோ கீல ஒரு காலும் புட்போடுல ஒரு காலும் வச்சுக் கிட்டு கம்பிய ஆட்டிப் பாக்குறிய ஏறுய்யா!"

"ஏறிட்டேன்யா போதுமா..? யம்... மாடி."

"ரைட்."

"இன்னாய்யா பொம்பள இருக்றது தெரிலியா? மேல இடிச்சிக்கனே உட்கார்றீய. கண் தெரியிதா இல்லியா? இது பொம்ளீங்க சீட்டு தெர்ல."

"தெரீது. நீ என் தாயாட்டம் கீற. வும் பக்கத்துல வும் புள்ளிய உட்கார வைச்சுக்க மாட்டீயா? நா இப்பிடியே ஓரமா குந்திக்கிறேன். இந்தக் கீச லுங்கி காத்தடிச்சாக்கூட உம்மேல வீசாது. அப்படி கவனமா குந்திக்கிறேன். போதுமா."

“சரிதான்யா. மூஞ்சிய அப்பால வச்சுக்கிட்டே பேசு, காலங் காத்தாலே கடையைத் தொறந்து வச்சு ஊத்தக் கொடுக்கிறாங்க பாரு. அவுங்களல்ல சொல்லணும், நீ இன்னா செய்வ!”

“மூஞ்சிய அப்பால வைச்சிக்கனு சொல்றீயே. வும் புள்ளயப் பாத்து தானே! நீ மகாலட்சுமியாட்டம் கீற. காலங்காத்தாலே வும் முவத்த பாத்துப் பேசவாணாம்கிறியே, இது நாயமல்லே. நான் ஒண்ணும் செய்ல. நான் இப்படியே குந்திக்கீனு கீறேன். பொயக் காத்து அடிச்சாலுங்கூட, இந்த கீச லுங்கி வும் முந்தானையில இடிக்காது தாயே ...”

“எங்கய்யா போவணும். காசை எடு.”

“பட்ணப் பாக்கம் மிஷ்டர் பட்ணப் பாக்கம். அதுக்கும் அப்பால அய்யப்ப சாமி கோயிலண்ட எறக்கி வுடு. இந்தா ...”

“இது என்னாய்யா ரூவா நோட்டா. வேற குடு. ஆணியில மாட்டி வச்சிருந்தியா? நடுவில இம்மாம் பெரிசு ஓட்டை! வேற குடுய்யா.”

“என்னா மிஷ்டர்! நானா ஆணில மாட்டி வச்சிருந்தேன், ஐகோட்டாண்ட டீ குடிச்சேன். அவருதான் குத்தாரு.”

“நீ டீ குடிச்சா இத்த வாங்கியாந்திருப்பியா. வேற எடுய்யா.”

“வேற இல்ல மிஷ்டர்! ரண்டுரூவா நோட்டா இருந்திச்சி, ஒரு பன்னும் டீயும் குடிச்சேன். பாக்கி இந்த நோட்டும் முப்பது பைசாவும் குத்தான். இந்தா இத்தயும் நீயே வச்சிக்க.”

“நல்ல எளவுய்யா காலங்காத்தால. புடிய்யா சீட்ட. பத்ரம்.”

“பத்ரமா வச்சுக்கறேன் மிஷ்டர். நீ ரொம்ப நல்ல மனுஷன். இந்த அம்மாவாட்டம். தாயே எம்மேல எப்படி எரக்கப்பட்டாம் பார் இந்த மனுஷன்! கண்டக்டர்னா நீதான் மிஷ்டர் கண்டக்டர். வேற யாரையும் சொல்ல மாட்டேன். பொம்பள சீட்ல வந்து குந்தரன்னு நீ என் தாயாருன்னு சொன்னே. இவரு சொன்னாரா பாத்தியா! சொல்லல. ஏன் சொல்லலெ! அவ்ளோ எரக்கம் எம்மேலெ. பொம்பள சீட்டுன்னு எனக்குத் தெரியாதுன்னு நெனச்சியா தாயே! தெரியும். தெரிஞ்சுதான் குந்திக்கினேன். என் தாயாரு இப்படி பக்கத்திலேதான் குந்த வச்சுக்குவா. சட்டியிலேந்து சோத்தப் புளிஞ்சி புளிஞ்சி கையிலே போடுவா. மிச்சத் தண்ணி யைக் குவளையிலே ஊத்திக் குடிடா குடின்னு காளியாயி கொண்டு போக உன்னைன்னு திட்டிகிட்டே கொடுப்பா. நெசம்மா என்னெ காளியாயி கொண்டுபோகணும்னிட்டா? அவ நெனச்சதில்லே. நெனச்சதேயில்லெ. கனாலெ கூடோ

அப்பிடி நென்க மாட்டா! பெத்த தாயாராச்சே! பத்து மாசம் சொமந்து வளத்த தெய்வமாச்சே. யம்மாடி ... நீ இப்பிடி என்னெ ஏமாத்திட்டுப் பூட்டியெ ... யம்மாடி. இதோ இந்த மகாலச்சுமியிருக்கே இந்தத் தாயாராட்டமே பக்கத்துலெ குந்த வச்சுக்கினு கையிலெ சோறு வப்பியெ காளியாயிலெ போறவனேன்னு – உன்னெ காளியாயி கொண்டு பூட்டாளெ ... ஹுஹும் ஹுஹும் ...”

“ஏய்யா இப்படி அளுவுறே! பூட்டாளா உங்க ஆயா!”

“ஆமா தாயே. பதினெட்டு வருசம் பூடிச்சி அவ போயி. நேத்து கணக்கா கீது. மந்தவெளி மார்க்கெட்டாண்ட பூ வித்துக்கினு குந்திருப்பா – காலங்கார்த்தாலெ. அடஞ்சான் மொதலித் தெரு, மாரி செட்டித் தெரு – அல்லாம் அப்பதான் படுக்கைய உட்டு ஏந்துக்கினு வாசல்லெ சாணம் தெளிக்கும். அதுக்குள்ளார என் தாயாரு கார்ப்பரேசன் பம்புலெ குளிச்சு மஞ்சப் பூசுகினு சிந்தூரம் இட்டுக்கினு அங்காளபரமேச்வரியாட்டம் சேப்பு சேலை சுத்திக்கினு முப்பது மொளம் நாப்பது மொளம் அம்பது மொளம் மல்லியும் மருவுமா தொடுத்துகினு ரெடியா உக்காந்துப்பா. அவிஞ்சா முதலித்தெரு, மாரி செட்டித் தெரு, வைத்தியரு அண்ணாமலத் தெருவு எல்லாம் என் தாயாருகிட்டேதான் வந்து பூவாங்கிக்கினு போகும். நீ இப்ப கீறே பாரு அங்காள பரமேச்சரியாட்டம் –இத்தே மாரிதான் இருப்பா. உன்னெயெ அச்சிலெ வாத்தாப்பல இருப்பா ... யம்மாடி என்னெ உட்டுட்டுப் பூட்டியெ –என் தாயாரே ... ம்ஹம் ம்ஹம்!”

“சர்த்தான்யா –பதினெட்டு வருஷமாச்சு. இப்ப என்னாத் துக்குய்யா பொலம்புறே.”

“நூறு வருஷம் பொலம்பணும் தாயே, அந்தத் தாயாரெ நினைச்சு. அப்படியாப்பட்ட பொம்பளெ அவ. எங்கப்பன் போட்டு மிதி மிதின்னு மிதிப்பான் –ரவைக்கு குச்சுட்டு வந்து, அந்தப் பாவி மகனுக்கு எங்கதான் கெடக்குமோ வார்னீசு. குச்சுட்டு வருவான். கண்ணு மோரை தெரியாம அடிப்பான். ஒரு நாளைக்கு நானும் பார்த்துக்கினேர்ந்தேன். எங்க அக்கா சான்தோம்ல தொர ஊட்ல ஆயா வேலெ செஞ்சிக்கினு இருந்தா. அவளெண்ட சொன்னேன். எங்கப்பனெ இன்னமே சும்மா உடப் போறதில்லெ. நீ கொண்டான்னேன். எங்க அக்கா –துரை ஊட்லேந்து கொண்ணாந்தா ஒரு கா பாட்டிலு. அன்னிக்கு வந்தான் எங்கப்பன் வார்னீசு குடிச்சிட்டு. என் தாயாரு தலைமுடியப் புடிச்சான். கொண்டாக்கான்னு அந்த சீசாவை அப்படியே வாயில ஊத்திக்கினேன். நெஞ்செல்லாம் நெருப்புக் கணக்கா எரிஞ்சது. வந்திச்சு பாரு ஒரு ரோசம். டாய், என்

பாரிமுனை டு பட்டணபாக்கம் 17

தாயார் மேலே கைய வச்சே, ஒன் ஆட்டம் க்ளோசு – அப்படீன்னு ஒரு கொரலு கொடுத்தேன். பாரு தாயாரே. யார்றா தேவிடியா மவனேன்னு என் மேலே பாஞ்சான் எங்கப்பன். என்னா சொன்னே! என் தாயாரராய்யா தேவிடியான்னு ஒரு சத்தம் போட்டேன். சிங்கக் குட்டியாட்டம் அவனுக்குத் தலைமுடி எவ்ளோ இருக்கும், கையிலே சிக்கிக்கிச்சு குதிர வாலாட்டம், அப்படி இளுத்துக்கினு போயி தெருவுலே போட்டு ஒரு ஒதை உட்டேன். என்னெ மொறைச்சுப் பார்த்தான். ஆடிக்கினே நின்னான் கொஞ்ச நேரம். அப்பாலெ பாடிக்கிட்டே போனான். ஐயிஸ் கூலாண்டே. அவ்ளோதான். ஆளு திரும்பல. என் தாயாரு பொலம்பிச்சு பொலம்பிச்சு அப்பிடிப் பொலம்பிச்சு – இட்டாடா போயி உங்கப்பனென்னு. எங்க போனானோ – அவன் பூட்டான். புரசவாக்கத்துக்கு. ஆந்திராக்காரிக்கிட்ட பூட்டான். ஆந்திராக்காரிட்ட போனவனா திரும்பப் போறான்! எங்கத் தாயாரு நான் போய் இட்டாரெண்டான்னு போனா. போகாதே போகாதேன்னு நானும் அக்காளும் படிமேல படுத்துக்கினோம். கேக்கலே. போனா. என்ன ஆச்சி. அந்த ஆந்திராக்காரியும் சேந்துக்கினு பொடலியிலே வச்சாங்களாம். ஆந்திராக்காரி காளியாயில போவன்னு திட்டிக்கினே பொரசவாக்கத்திலேந்து நடையிலேயே வந்தா. எங்க தாயாரு – நீ ஏன் தாயே போனே அந்த சோமாரிகிட்டே – எங்கப்பனா அவன் – யமதர்மராசால்ல அவன்னு என் தாயாரு குந்த வச்சு காலப் புச்சு உட்டோம். எமதர்ம ராசாவெ ஒண்ணும் சொல்லாதடா பாவி அவன் இல்லாட்டி நாமெல்லாம் எப்படி சாவுறதாம்! ஊர் உலகம்லாம் கெளவன் கெளவியா பூடும்டான்னா – அவ்ளோ புத்தி . . . அவ்ளோ நாயம் எங்க தாயாருக்கு.”

“கால எடய்யா கூடையை எறக்கணும்.”

“சரித்தான் தாயே. கொத்வால் சாவடியே ஒரு கூடையிலெ கொண்டாந்திட்டியே. லக்கேஜூ குடுத்தியா சட்டுப்புட்டுனு எறங்கு.”

“ரைட்.”

“இந்தத் தாயி இறங்கிச்சே இம்மா கத்ரிக்காயும், சௌசௌவை யும் உல்லக்கெயங்கும் மொட்டக் கோசுமா எங்க தாயாரு பூக்கடையிலேந்து இதிலே பாதிக் கூடை தான் கொண்ணாந்து பஸ்லே ஏறும். மஞ்சப் பூசி முளுகி அங்காள பரமேசரியாட்டம் கந்தசாமி கோயில்ல சாமி கும்பிட்டு கூடையெடுத்தாந்து பஸ்லே ஏறும். எங்க தாயாரைப் பார்த்தா லக்கேஜ்கூட கேக்க மாட்டாங்க. டைவரு, கண்டக்டர் எல்லாம் அப்படியே அங்காள பரமேச்சரிதான் தாயே. ஒனக்கு சிரிப்பா கீது –”

“என் காதிலே உளுதுய்யா. நீ சொல்றது அத்தினியும். ஓம் மூஞ்சியை அப்பாலெ வச்சுக்கினே நீ பேசு.”

“ஏன்? நான் எங்க தாயார் மேல சத்யமாச் செல்றேன். நான் சாராயமே குடிக்கலே, சாயாதான் குடிச்சேன். உனக்கு ஒரு சாயா வாங்கியாரச் செல்றேன். டாய். டாய்... ஒரு டீ போட்றா என் தாயாருக்கு மிஷ்டர். ஒரு பிகில் கொடு மிஷ்டர். நான் டீக்குச் சொல்லிக்கினேகீறேன். நீ வண்டியை வுட்டுக்கினே கீறியே –”

“சர்த்தான்யா. சாந்தோம் வந்திரிச்சி. நீ எங்க எறங்கணும்?”

“நானா! ஐய்யப்பா சாமி கோயிலாண்ட எறக்கி உடுன்னேனே.”

“இன்னும் ரண்டு ஸ்டாப்தான் வேட்டியெல்லாம் சரியா வச்சுக்க.”

“என் தாயே ஒனக்குச் சாயா வாங்கித் தந்திட்டு எறங்கப் போறேன். ஏன் சிரிக்கிறே தாயே நான் வாங்கித் தார மாட்டனா?”

“யேம்மா, அவரோட பேசுறீங்க நீங்க சும்மா இருந்தா அவரும் சும்மா இருப்பாரு.”

“நானா பேச்சுக் கொடுக்கறேன். அவருக்கு அவரு தாயார் ஞாபகம் வந்து புலம்பறாரு.”

“தாயே – என் தாயாரை நீ பாத்ததில்லே. இந்தக் கையாலே ஆயிரம் ஆயிரம் சிங்கல் வாங்கித் தந்திருக்கேன் தாயே! அவங்களுக்கு யமதர்மராசாவெ ஒண்ணும் சொல்லாதடா பாவி – ஒலகத்துல அப்புறம் யாரும் சாவ மாட்டாங்க – ஒலகமே கௌமும் கட்டையுமாப் பூடும்ணு ஒலகத்தியே காப்பாத்தின மவராசியாச்சே. மிஷ்டர். பட்ணப் பாக்கத்திலெ எறக்கி உடு என்னெ. எங்க தாயாருக்கு சாயா வாங்கிக் குடுக்கப் போறேன்... ஒல்டான் ஒல்டான்... ஒல்டான் மிஷ்டர்.”

***தினமணி கதிர்*, 6.8.82**

# கம்ப்ளெய்ண்ட்

"என்னய்யா பெரிய லெட்டராக் கொண்டு வக்கிறீம் ஏழெட்டுப் பக்கம் இருக்கும் போல் இருக்கே."

"ஒன்பது பக்கம்."

"என்னவாம்?"

"கம்ப்ளெய்ண்ட்."

"கம்ப்ளெய்ண்ட்தான். அதுக்குத் தானே உட்காத்தி வைச்சிருக்கு நம்மெ. என்னமோ மொத மொதல்லெ கம்ப்ளெய்ண்ட் வராப்ல சொல்றீம். எதப்பத்தி கம்ப்ளெய்ண்ட்? நீர் படிச்சிட்டீரோல்லியோ?"

"படிச்சிட்டேன்."

"சொல்லுங்க சுருக்கமா? எதைப்பத்தி கம்ப்ளெய்ண்ட் ஒன்பது பக்கம் எழுதும்படியா?"

"சாப்பாட்டைப் பத்தி."

"சாப்பாட்டைப் பத்திதானே. வேற என்னத்தைப் பத்தி எழுதப் போறான் நம்ப ஊர்ல! அது என்ன ஓரத்திலே கட்டி வச்சிருக்கு லெட்டரோட கறுப்பா."

"எனக்கும் முதல்லெ தெரியலெ. நிலக்கரித் துண்டோ, மரக்கரித் துண்டோன்னு நெனச்சிட்டேன்... நிலக்கரி, மரக்கரித்துண்டு எப்படி இவ்வளவு சச்சதுரமா அளவு பார்த்து நறுக்கி விட்டாப்பல இருக்கும். என்னென்னு தெரியலெ..."

“கொண்டாரும் பார்ப்போம் – ஓய் – இது என்னமோ மைசூர்பாகு மாதிரி இருக்கே.”

“மைசூர்பாகுதான்னு கம்ப்ளெய்ண்ட்காரர் எழுதியிருக்காரு. சாப்பாட்டு ட்ரேயைத் தொறந்தாராம். அவருக்கு ஸ்வீட்டு ரொம்பப் பிடிக்குமாம். முதல்லெ ஸ்வீட்டுப் பாக்கெட்டைத் தான் பிரிச்சு சாப்பிடுவாராம். பக்கத்து சீட்டுக்காரங்க தட்டிலே மைசூர் பாகு இருந்திச்சாம். சர்த்தான்னு இவரும் தன்னோட ஸ்வீட்டைப் பிரிச்சுப் பார்த்தாராம். இதுதான் இருந்திச்சாம்.”

“ஆமாய்யா இது மைசூர்பாகாத்தான் இருந்திருக்கும். அப்புறம் நெருப்பிலே விழுந்துடுத்தோ என்னவோ. இல்லெ அடுப்பு மேடை மேலியோ எங்கியாவது சூடா இருக்கிற இடத்திலியோ, தவறிக் கிடந்திடுத்தோ என்னவோ. ஓய் இந்த மாதிரி மைசூர் பாகை நான் பார்த்ததே இல்லைய்யா. நகத்தாலே சொரண்டினாலும் கரியாகத்தான் வருது. நன்னா முழுக்கக் கருகிப் போயிருக்கு – கரியாவே மாறிடுத்து. கெமிக்கல் ட்டிரான்ஸ்ஃபார்மேஷன். அப்படியே கார்பன் ஆயிடுத்து. அது சரி. இதை எப்படி செல்லோஃபேன் பேபர்ல, சுத்தி சாப்பாட்டு ட்டிரேயிலெ வச்சான்?”

“வச்சதாலேதான் கம்ப்ளெய்ண்ட் வந்திருக்கு.”

“எந்த வண்டி?”

“க்ராண்ட் டிராங்க் எக்ஸ்பிரஸ்.”

“டில்லியிலேர்ந்து வந்துதா, மெட்ராசிலிருந்து போனதா? கம்ப்ளெய்ண்ட் யார் கொடுத்திருக்கான்? வடக்குத்தியானா, தெக்குத்தியானா?”

“நம்ம ஊர்க்காரன்தான் . . . மத்தியானம் தூங்கிக்கிட்டு இருந்தாராம் இந்த ஆளு. ராச்சாப்பாட்டுக்கு ஆர்டர் எளுதிகிட்டுப் போன பையன் இவரை எழுப்பி ராத்திரி சாப்பாடு வேணுமான்னு கேக்கலியாம்! ராத்திரி பக்கத்துல இருக்கிறவங்களுக்கெல்லாம் சாப்பாடு வந்துதாம். எனக்குன்னாராம் இவரு. நீங்க ஆர்டர் கொடுக்கலேன்னானாம் பையன். நீ கேக்கலேயேன்னாராம் இவரு. நீங்க தான் தூங்கிக்கிட்டிருந்தீங்களேன்னானாம் பையன். ஏன் என்னை எழுப்பிக் கேக்கலேன்னாராம் இவரு. நீங்க கோவிச்சுக்கிட்டீங்கன்னா, அப்படீன்னு கேட்டானாம். நீ எப்ப ஆர்டர் எடுக்க வரேன்னு ஜோசியம் தெரிஞ்சு வச்சிக்கிட்டு, வண்டியிலே போறவங்க எல்லோரும் அப்ப தூங்காம இருக்கணும்னு சொல்றியான்னு கேட்டாராம் இவரு. அப்படித்தான்னானாம் பையன். அதுபோகட்டும். இப்ப எனக்குப்

பசிக்குது. சாப்பாடு இருக்கால்லியான்னு கேட்டாராம் இவரு. கெடையாதுன்னு போயிட்டானாம்."

"இவர் பக்கத்துலெ இருந்தவங்களைப் பார்த்துண்டேயிருந் திருப்பார்... பாவம்... நாக்கிலே ஜலம் ஊறிண்டேயிருந்திருக்கும்."

"அப்புறம் ஒரு கால்மணி நேரம் பொறுத்து இன்னொரு பையன், "சாப்பாடு யாருக்கு வேணும், எக்ஸ்டிரா சாப்பாடு இரண்டேரண்டு இருக்கு" என்று கூவிக்கிட்டே வந்தானாம். இவரு உடனே இங்க ஒண்ணுன்னு அவன் சட்டையைப் புடிச்சி இழுத்தாராம். எடுங்க நாலு ரூபான்னானாம் அவன். உடனே அவசர அவசரமா இவரு நாலு ரூபாயை எடுத்துக் கொடுத்து ட்ரேயை வாங்கிக்கிட்டாராம். மூடியை எடுத்து வச்சிக்கிட்டு, மொதல்ல இதைத்தான் பிரிச்சாராம்."

"க்ளீன் சச்சதுரமான நறுக்கின இந்தக் கரி மைசூர் பாகு கெடச்சுது ... அப்புறம்?"

"அப்புறம் ... பூரி வச்சிருக்கற செல்லோஃபேனைப் பிரிச்சாராம். பிரிக்க முடியலியாம் ... பல்லாலெ கடிச்சுப் பிச்சாராம். அஞ்சு பூரியோ, ஆறு பூரியோ, அல்லாம் ஒட்டிக்கிட்டு ஒரே மாதிரி இருந்திச்சாம். பக்கவாட்டிலே பார்த்து எண்ணிப் பார்த்தாராம். அஞ்சு பூரி மாதிரியோ, ஆறுபூரி மாதிரியோ இருந்திச்சாம். இளுத்து இளுத்துப் பார்த்தாராம். பிரிக்க முடியலி யாம். அப்படியே பக்கவாட்டிலேயே மொத்தமா பல்லால கடிச்சாராம். வேட்டிபுளிஞ்சாப்பல எண்ணெய்யோ, என்னமோ கசிஞ்சி அவரோட சிலுக்குச் சட்டேலே – நாலஞ்சுப் பொட்டு உளுந்திச்சாம்."

"அட சாம்பிராணி – யாராவது சாப்பிடறபோது சில்க் சட்டையைப் போட்டுண்டு சாப்பிடுவாளோ? ... இப்படி எலிமெண்டரி ஈட்டிங் ஹாபிட்ஸ் கூடத் தெரியாதவங்களோட யாரு என்ன பண்றது?"

"ராமா ... ராமா! ... ம் அப்புறம்?"

"அப்புறம் எப்படியோ கஷ்டப்பட்டுப் பூரிங்களைத் தின்னாராம் ஒரு பாடா. அப்புறம் சோத்தைத் திங்க ஆரம்பிச்சா ராம். அது பருக்கையெல்லாம் நல்லாசுக்காக் காஞ்சிபோயி அவல் கணக்கா பொருக்கு பொருக்கா இருந்திச்சாம். கட்டை விரல் நகத்தாலெ பேத்து பேத்து எடுத்தாராம். புத்தக அட்டை கணக்கா வந்திச்சாம். அத்தைக் கடிச்சிக் கடிச்சித் தின்னாராம். சோறு தின்னும்போது கடுமுடுன்னு சத்தம் கேட்குமோ, முறுக்கு திங்கறப்போ அப்படி சத்தம் கேட்கும், சோறு திங்கறப்போ அப்படி

சத்தம் வரலாமான்னு கேட்கறாரு. சோறு ஒட்டிக்கிட்டிருந்த மாதிரியே கறி, ஊறுகாயி கூட்டு எல்லாம் பசங்கு பசங்குன்னு தட்டோட நல்ல ஒட்டிக்கிட்டு இருந்திச்சாம் –”

“அப்படியும் இவர் விடல. கட்டை விரல் நகத்தாலெ இவர் பேத்துப் பேத்துச் சாப்பிட்டாராக்கும் ... பாவம் அப்புறம்!”

“அப்புறம் இந்தப் பொட்டிக்கினு ஆர்டர்ங்க எடுத்து சாப்பாடு, காப்பி எல்லாம் கொடுக்கிற அந்தப் பையனைக் கூப்பிட்டு, இது என்ன பையான்னு இந்தக் கறுப்புக் கட்டியைக் காமிச்சாராம். அவன் வந்து நல்லா உத்து உத்துப் பாத்தானாம் –”

“நா இப்பப் பார்த்தாப்பலெ?”

“ஆமா உத்து உத்துப் பாத்தானாம். எனக்குத் தெரியல சார் ... நான் விசாரிச்சுச் சொல்றேன்! எந்த பேரர் கொடுத்தாரு இந்த டிரேயைன்னு கேட்டானாம். ஒசரமா தலையிலெ முடி நிறைய இருந்திச்சி அந்தப் பையனுக்குன்னாராம் இவரு. நான் கூடத்தான் ஒசரமா இருக்கேன். எனக்குந்தான் தலைமுடி நிறைய இருக்கு. கிராண்ட் டிராங்க் கிச்சன்காரு தமிழ்நாடு எக்ஸ்பிரஸ் கிச்சன்காரு ரண்டிலேயும் சர்வ் பண்றவங்களெல்லாம் மொக்காவாசி உசரமா, ஸ்டெப்புக் கிராப்பு, லாங்ஹேரு எல்லாம் வச்சிக் கிட்டு எளமையாத் தான் இருப்பாங்க. நீங்க திருப்பதியில பார்த்தேன் மொட்டை ஆண்டியாங்கறாப்பல அடையாளம் சொன்னா நான் எப்படி சார் கண்டு பிடிக்கிறதுன்னானாம். சட்டையில அல்லார்க்கும் அவங்க அவங்க பேரு எளுதி ஒரு சின்ன நேம் பேட்ஜ் சொருகியிருப்பாங்களே அதைக் கவனிக்கிலியா நீங்கன்னு கேட்டானாம் ...”

“அவருக்குப் பசி கிள்றது. கஞ்சி வரதப்பான்னு காத்துண்டு கிடந்தவர் நேம் பாட்ஜையா பாத்துண்டிருக்கப் போறார் ... ஹஹஹஹஹ ஹஹஹ ... அப்புறம்?”

“அப்புறம் அந்த மைசூர் பாக்கை எடுத்து ஜன்னல் வழியா வெளியே எறியப் போனான் அந்தப் பையன். சடார்னு அவன் கையைப் புடிச்சி, அதைப் பிடுங்கி வச்சிக்கிட்டாராம் இவரு.”

“இங்க நமக்கு அனுப்பறதுக்காக?”

“அப்புறம்?”

“அப்புறம் ... யாரோ ரண்டு வெய்டருங்க அவரைப் பார்த்து ரண்டு, மூணு தடவை நமுட்டுச் சிரிப்பு சிரிச்சிக்கிட்டே போனாங்க ளாம் ... இவரு நைசா எழுந்து யார்றா இந்தப் பசங்கன்னு பாக்கறதுக்காக மெதுவாகப் போனாராம். அதற்குள்ளாற அந்தப்

பசங்க ரண்டு பேரும் வெஸ்டிப்யூல் வழியாக அடுத்த வண்டிக்கு ஓடிப் போயிட்டாங்களாம்.”

“ம். அப்புறம் என்ன எழுதியிருக்கார்?”

“அப்புறம் மத்தவங்க மாதிரி தான் எழுதியிருக்காரு.”

“என்ன ...”

“அந்தப் பிளாஸ்டிக் குவளையில பாதிதான் காப்பி தராங்களாம். அதுக்கப்புறம். திடீர்னு காபி வேணுமா, வேணுமான்னு, யாரோ தர்மா பிளாஸ்க்கை எடுத்துக்கிட்டு வர்றான். காசு கொடுத்து அதை வாங்கித் தொறந்து பார்த்தா ஆறிப் போன காபி வேற யாரோ நாலஞ்சு பேரு குடிச்சு மிச்சம் வச்ச காப்பியெல்லாம் ஒண்ணாக்கலந்து ஒரு ப்ளாஸ்கிலே ஊத்திக் கொடுக்கறாங்க. சம்பளம்லாம் தாராளமா கொடுக்கறப்போ இந்தத் தேட்டையெல்லாம் போடணுமா, இந்த மாதிரி பிச்சக்காரத்தனம் பண்ணலாமா, இப்படி முப்பது காப்பியை நாப்பது காப்பியாப் பண்ணிவிக்கறதும், மிச்சக் காப்பியை புதுக்காப்பி மாதிரி கொடுக்கறதும் பிச்சப் பொளப்பில்லியான்னு கேட்டிருக்காரு— அதோட இல்லே. முன்னெல்லாம் முப்பது வருசம் இருபது வருசம் முன்னாலெல்லாம் டில்லிக்குப் போறப்ப அயன் காபி கொடுப்பாங்களாம். காப்பித்தூளையே போட்டு வடிகட்டி காபி கொடுப்பாங்களாம். காபி வாசனை இருக்குமாம். இப்ப திடீர் காபின்னு எதையோ போட்டுக் கலந்து கொடுக்கிறீங்களே, அது துணி அலசின தண்ணி வாசனை அடிக்குதேன்னு எழுதியிருக்கிறாரு.”

“என்ன சுத்த பத்தாம் பசலியா இருக்கு, இப்ப டெக்னாலஜி எப்படி வளர்ந்திருக்கு. காப்பிப் பொடிக்கின்னு ஒரு தனி பில்டர் வாங்கி, அதிலே காப்பி பொடியைப் போட்டு வெந்நீரை விட்டு அது சொட்டுச் சொட்டா இறங்கி டிக்காஷனாகி, அப்புறம் அதையெடுத்து, பால்லெ கலந்து போரும் போரும்... அதுக்குள்ளயும் மெட்ராஸிலேர்ந்து டில்லியே வந்து சேர்ந்துடும். டில்லியிலே வெந்நீர் போட்டா மதறாஸ் வந்துதான் காபி கிடைக்கும். அதெல்லாம் வாண்டாம். நெனச்ச மாத்திரத்திலே கொடுப்பம்னு ஒரு டெக்னாலஜி வந்திருக்கு ... என்ன இது இந்தப் பழங்குடுக்கையெல்லாம், ஏன் இப்ப ரயில்லெ பிரயாணம் பண்றதுகளாம்... சரி சரி. அப்புறம் என்ன எழுதியிருக்கு?”

“ஒண்ணும் இல்லெ. இதையெல்லாத்தியும் விசாரிச்சு சரி பண்ணணும்னு சொல்லிக் கையெழுத்துப் போட்டிக்காரு.”

“என்ன கையெழுத்து.”

"வெங்கடேசன்."

"விலாசம்."

"விலாசம் இல்லெ"

"மொட்ட கடுதாசா? பேரு வெங்கடேசன். திருப்பதி சாமி பேருதான். திருப்பதியிலே மொட்டத்தாத்தனைக் கண்டியான்னு அந்தப் பையன் சொன்னாப்பலதான் இருக்கு. இது மொட்டக்கடுதாசி மாதிரிதானே ஓய்."

"இருந்தாலும் நடக்கறதைத் தானே எழுதியிருக்காரு?"

"அப்படின்னா எந்த தேதி க்ராண்ட் டிரங்கிலெ, எத்தனாம் நம்பர் சீட்டிலெ, ட்ராவல் பண்ணினேன் – இந்த விவரம்லாம் எழுதவாண்டாமா – டிக்கட் நம்பர் என்ன, ரிசர்வேஷன் டிக்கட் நம்பர் என்ன? என்ன இது, சத்திரத்துச் சாப்பாட்டுக்கு சொட்டை சொல்றாப் பல ... சரி சரி, அப்படியே வச்சிட்டுப் போம் ..."

"லெட்டருக்கு நானே நோட் போடணுமா, மேல அனுப்பறதுக்கு."

"நீர் பேசாம போம். அப்படியே வச்சுப்பட்டு. மேல அனுப்பறதா வாண்டாமான்னு நான் முடிவு பண்ணிக்கிறேன். இந்த அருண்சொரி வந்தாலும் வந்தான் ... நீர் போம்."

"சர்த்தான் சார்."

"என்னய்யா இங்கியே வச்சிட்டுப் போறீம்? அங்கன்னா வச்சுட்டுப் போம்னு சொன்னேன் ... அதோ அங்கே!"

"இங்கியா?"

"இல்லெய்யா ... அதோ அங்கே!"

"இங்கியா?"

"இல்லை ஐயா. அதுக்கு அடுத்தாப்பல கீழ ... ம் ... ம் ... அங்கதான்."

"இது குப்பைக் கூடைல்ல?"

"நீர் சொல்லித்தான் எனக்குத் தெரியணுமாக்கும்."

## வேதாந்தியும் உப்பிலியும்

"ஏ வேதாந்தி ஏ! வேதாந்தி! என்னடா திரும்பிப் பாக்காமப் போறான்... பொன்னுச்சாமி! பொன்னுச்சாமி."

உப்பிலி வாசலைப் பார்த்துக் கத்திவிட்டு உள்ளே பார்த்துக் கத்தினார். கொல்லை நடையில் குதிரிலிருந்து நெல் அளந்துகொண்டிருந்த பொன்னுச்சாமி ஓடி வந்தான்.

"வெத்திலைக்காரன் போறாண்டா வேதாந்தி. கூப்பிடக் கூப்பிடப் பேசாமப் போறான். தோ போறான் பாரு. கூப்பிட்டுண்டுவா."

பொன்னுச்சாமி தெருவில் இறங்கி ஐந்தாறு வீடு தள்ளிப் போய்விட்ட வெற்றிலை சாயபுவைக் கொண்டு விட்டு உள்ளே போனான்.

"என்ன கூப்பிடறேன் கூப்பிடறேன். போயிண்டே இருக்கே."

"நேத்து தானே ஒரு கவுளி வாங்கினியளாம். இன்னும் நாலு நாள் களியணுமே, அடுத்த கவுளிக் குன்னு போயிட்டே இருந்தேன்.

"நேத்து ஒரு கவுளி கொடுத்தே அது என்ன வெத்தலையா? கருவேப்பிலையா? எல்லாம் துக்கினி யுண்டு. துக்கினியுண்டு சுண்ணாம்புக் கலயத்தைக் கழுத்திலே கட்டிக்க வேண்டியிருந்தது. போரும் போராதுக்கு ஒரு மருமான் வந்து சேர்ந்தான் மாயவரத்திலேந்து, ஒரு தடவைக்கு கால் கவுளின்னு அரச்சுத் தீத்துப்புட்டான்."

தி. ஜானகிராமன்

"மாயவரத்து ஆளுங்களுக்குக் காப்பிக் கொடிக்கால் வெத்தில போட்டுப் பளக்கம். நரநரன்னு மாடு கடிக்கிறாப்பல கடிக்கணும். துருப்பிடிச்ச டின்னு கணக்கா கறுப்பா மொத்தமாயிருக்கும். சிலவேளை பாத்தா வெள்ளையா இருக்கும். ஆனா எலையெல்லாம் காம்பாத்தான் இருக்கும். இந்த மாதிரி குஞ்சுங்களை எங்க கண்டிருப்பாங்க. இது வாயிலே போட்டா புளியார் பட்டி வெள்ளரிப்பிஞ்சு, இதுக்குப் பல்லா வேணும்! பொக்க வாயி ஒரு தடவை அப்படி லேசா அமுக்கிட்டாலே அப்படியே கரஞ்சு அமிர்தமா ஊறுமே."

"அது சரிய்யா. குஞ்சு குஞ்சுன்னு சுண்ணாம்புக் கலயத்தையா கழுத்திலெ கட்டிக்கவிடறது. நீயே பாரு தோ. இந்த உள்ளங்கையிலே மூணு வெத்தலே வச்சினூட்டேன். இந்த வெத்தலையைப் பரமக்குடிகாரன் மாதிரி நிறையிலே வாங்கினாத்தான் கட்டும். இப்படி எண்ணி எண்ணி வாங்கினா நூறு வெத்தலே நாலு தடவைக்குத் தான் வரும்."

"சித்தெப் பொறுங்க. ஆத்திலே தண்ணி வரட்டும். ரண்டு மாசம் களிச்சுப் பாருங்க. தளதளன்னு உங்க உள்ளங்கை அகலம் தங்கரேக்குக் கணக்கா."

"இப்ப என்ன தண்ணிக்குப் பஞ்சம்? இப்பதான் ... பம்பு வச்சி, அடிக்கிறீங்களே."

"பத்து வருஷமாச்சு பம்பு அடிச்சு, பூமிக்குள்ளெல்லாம் கரம்பாப் போச்சு, பம்பு மிசின்தான் பொக்குபொக்குன்னு துப்பாக்கி கணக்கா சத்தம் போடுது. சத்தத்துக்குப் பயப்பட தண்ணியில்லே அடியிலே. நூறு வருசத்திலே விளையுறதே அஞ்சு வருஷத்திலே எடுத்துவிட்டேன். பம்பு வச்சு குழா வச்சுன்னு அடிச்சுக்கிட்டேயிருந்தாங்க. அருவி மாதிரிதான் கொட்டிச்சு குளாயி. ஆண்டவன் தீர்ப்பு கூர்ற நாள் வரைக்கும் கொட்டிக்கிட்டேயிருக்கும்னு நினைச்சாங்க. இன்னும் பத்து வருசம் முடியலே. பச்சைக் குளந்தை வாயிலேந்து ஜொள்ளு கொட்றாப்பல சொட்டுது.

கட்டாத காளையைக்கட்டவேணும் ஆசை
வெட்டவேணும் வாசி ஓட்ட வேணும்
எட்டாத கொம்பை வளைக்க வேணுங்காய
மென்றைக்கிருக்குமோ ஞானப் பெண்ணே
கையிலாக் குட்டையன் கட்டிக்கிட்டான் இரு
காலில்லா நெட்டையன் முட்டிக்கிட்டான்.
ஈயில்லாத் தேனெடுத்துண்டு விட்டானது
இனிக்கு தில்லையே ஞானப் பெண்ணே.

வேதாந்தி சாயபு கை கொட்டிப் பாடினார்.

பாடிவிட்டு வெற்றிலையை எண்ணத் தொடங்கினார்.

"ஐயா சொன்னது அவ்வளவும் சரிதான். எனக்கே எண்ண முடியல. சுண்ணாம்புக் கலயம் தான் வேணும். இப்படிக் குஞ்சுகுஞ்சா இருந்தா விரலுக்கும் நிக்க மாட்டேங்குது. வயசு வேற."

"என்ன வயசோ?"

"நீங்க தான் சொல்லுங்களேன். உங்க தகப்பனார் நாள்ளேர்ந்து கொடுத்திட்டு வர்றேன், அவங்களுக்கே எவ்வளவோ பாடிக் காட்டிருக்கேன் ம்...

தானென்ற ஆணவத்தை நீக்க மாட்டார்
சண்டாளக் கோலத்தைத் தள்ள மாட்டார்
ஊனென்ற சுகபோக மொழிக்க மாட்டார்
உற்று நின்ற சையோகம் விடுக்கமாட்டார்
பாலென்ற ஞான வெள்ள முண்ண மாட்டார்
பதறாமல் மவுனத்தேயிருக்க மாட்டார்
வானென்ற பொருளென்ன வெளிதோ மைந்தா!
மகத்தான மனமடங்கு எய்யும் காணே

உங்காப்பாருக்கு இந்தப் பாட்டு ரொம்பப் பிடிக்கும் – உங்களுக்கு அப்பல்லாம் பத்துவயசு இருக்கும். அப்பல்லாம் இது முழுக்க முழுக்க அக்ரகாரம். தெருவுக்குள்ள காலை வைக்க முடியாது. அக்ராரத்து மாடெல்லாம் நான்தான் ஒரு கொல்லைப்பக்கம் வந்து மேச்சலுக்கு அவுத்துக்கிட்டுப் போவேன்..."

"ஆரம்பிச்சிட்டியா?"

"இருங்க."

"இது எத்தினியாவது தடவை நீ சொல்றது? ஐநூறாவது தடவையா, அறுநூறாவது தடவையா?" என்று பக்கத்துத் திண்ணையிலிருந்த என்னைப் பார்த்துக் கண்ணடித்தார். உப்பிலி,

ஆயிரம் தடவையா இருக்கட்டுமே.
சாதி பேதங்கள் சொல்லுகிறீர் தெய்வம்
தானென் றொரு வுடல் பேதமுண்டோ?
ஓதிய பாலதிலொன்றாகி அதிலே
உற்பத்தி நெய்தயிர் மோராச்சு

பாலோடு முண்டி பூனையு முண்டது
மேலாகக் காணவும் காண்பதில்லை
மேலந்த ஆசையைத் தள்ளி விட்டுள்ளத்தில்
வேண்டிப் பூசையைச் செய்திடுங்கள்.

"இந்தப் பாட்டை இன்னிக்குத் தான் கேக்கறேன்" என்று சிரித்தார் உப்பிலி.

“கேட்டிருப்பீங்க, உங்களுக்கு மறந்து போச்சு.

“ஆயிரமாவது தடவையாக் கேட்டாலும் புதுசுதாங்க. சொல்லிக்கிட்டேயிருக்கனும். கேட்டுக்கிட்டேயிருக்கனும். அதுக்கும் கொளாபாத்தி அய்யிரைத்தான் நெனைச்சுக்கறேன். எத்தினி சொத்து இருந்தென்ன?

ஏழை பனாதிகளில்லை என்றால் அவர்க்
கிருந்தா அன்னம் கொடுக்க வேணும்
நாளையென்று சொல்லலாகாதே என்று
நான்மறைவேதம் முழங்குதடி
பஞ்சைப்பனாதை அடியாதே அந்தப்
பாவம் தொலைய முடியாதே.

“இந்தப் பஞ்சைப் பனாதையைக் கொல்லைத் தூணிலெ கட்டிப் போட்டு அடிச்சாரு, அவரோட கன்னுக் குட்டிங்கள்ள ஒண்ணு எங்கியோ போயிடிச்சு, குருவான் தோப்பிலெ மேஞ்சுகிட்டுதான் இருந்தது. தாயார் இருந்தா கூடவே நிக்கும். கொளபாத்தி அய்யரு கறவை நின்னுபோச்சின்னு, அதை வித்துப் போட்டாரு. அதிலேர்ந்து இந்தக் கன்னுக்குட்டி, வளந்த கன்னுக்குட்டி தான். அதுக்கப்பாலெ ஒரு கன்னு போட்டாச்சு, இருந்தாலும் இதுகூடவே போய்ட்டு போய்ட்டு வரும், இப்ப தனிச்சுப் போயிருந்தாங்காட்டியும். எங்கியோ திரிஞ்சிருக்கு, மறு நாளைக்கு ரயில் தண்டவாளத்துக்கு நடுவிலெ ஓடிருக்கு, கூட்ஸ் வண்டிதான். அதுக்கு லிபி, மாட்டிகிட்டு ஆயுசை முடிச்சுக்கிச்சு. அதுக்குத்தான் என்னைக் கட்டிப் போட்டு அடிச்சாரு. அம்பது அடியிருக்கும். இனிமே இந்தக் கொல்லைப் பக்கம் வச்சியோ, காலை வெட்டியே விடுவேன்னாரு, அடி பொறுக்க முடியலெ. கொல்லைப் பக்கமா, உங்க தெருமண்ணிலே காலை வச்சு, உங்க வீட்டு வாசல்லியே அடி எடுத்து வக்கிறேனா இல்லியா பாருன்னு, மக்யா நாளைக்கே கூத்தா நல்லூருக்குப் போனேன். மசூதிக்குப் போனேன். என்னா தம்பின்னாங்க இப்படின்னேன். சரின்னாங்க, இஸ்லாமாவானேன். தொப்பி வச்சேன். கைலி கட்டிக்கிட்டேன். கொடிக்கா ராவுத்தர்கிட்ட ஒரு முண்டு வெத்தலை வாங்கிக்கிட்டேன். இதே அக்ரகாரத்திலெ வித்துக்கிட்டு நடந்தேன். யார்றாது கணவதி மாறில்ல இருக்குன்னாங்க எல்லாரும். கணவதி இல்லே. கலிபுல்லான்னேன். என்னடா வேசம்னாங்க. கலைக்காத வேசம்னேன் ... எதுக்கு சொல்லவந்தேன்?”

“உன் வயசு என்னன்னு கேட்டேன். பதில் சொல்லிண்டிருக்கே இன்னும்” என்றார் உப்பிலி.

“எண்ணிப்பாருங்க ... உங்களுக்கு என்ன வயசு?”

"அம்பத்திரண்டு."

"அப்ப பத்து, ஒரு பதினோரு, ஒரு பதினெஞ்சு – இருவது – ஆமா, இப்ப எளுபத்து மூணு முடிஞ்சுது. இந்த ரம்சானுக்கு, ஒரு தடவை மக்கா போயிட்டு வந்தேன் – அப்புறம் இந்த வெத்திலை எண்ண மாட்டேன். மக்காவுக்குப் போக இன்னும் கொஞ்சம் சேத்துக்கணும் ஒரு முன்னூறு நானூறாவது."

"நீ போய்ட்டு வா. உனக்கு ஆயிரம் ரூபா செலவழிச்சு ஒரு வரவேற்பே கொடுக்கறேன்."

"தேவலாமே" என்று சிரித்தார் கலிபுல்லா. நீளமூஞ்சு, ஒல்லி – சற்று வயதுத் தளர்ச்சி. சிறிது கூனல், பூத்தாடி, தலையில் பிரம்புக்குல்லாய் மேல் கட்டின முண்டாசு.

சம்பாஷணையின் கடைசிப் பகுதியில் உப்பிலியின் அண்ணா மகன் சீமாண்டி வந்து வழக்கம் போல் இடையின் பின்பக்கம் ஒவ்வொன்றிலும் ஒரு கையை வைத்து வெற்றிலைக் காவிப் பல்லுமாக வந்து நின்றான்.

"வரவேற்பா? ஆயிரம் செலவழிச்சா? சித்தப்பாவா," என்று கேலியாகச் சிரித்தான்.

"ஏண்டா, நான் செய்யமாட்டேனா! வேதாந்தி சாயபுக்கு என்னதான் செய்யக்கூடாது?" என்று வேதாந்தியைப் பார்த்து வேடிக்கைச் சிரிப்புச் சிரித்துக்கொண்டிருந்தார்.

சீமாண்டி அப்போது உப்பிலி, வேதாந்தி இருவர் கண்ணிலும் படாமல், திண்ணையின் தூணோரமாக எதையோ வைத்துவிட்டு வந்து மீண்டும் பேச்சில் கலந்துகொண்டான்.

"வேதாந்தி கண்ணை மூடினார்னா, அடக்க செலவையே நான் ஒப்புத்துப்பேண்டா. இருபத்தஞ்சு வருஷம் என் வாயெல்லாம் வெற்றிலையா மணக்க வச்சிருக்கார். மைசூர் வத்தியா நூறு கட்டு வாங்கி அவர் தர்க்காவிலே வைப்பேன்."

"அதெல்லாம் ஒண்ணும் வாணாம். இப்ப ஒரு கவுளிக்கு நான் சொல்ற பத்தணா விலையைப் பேரம் பண்ணாம அப்படியே கொடுங்க போதும்" என்று சிரித்தார். வேதாந்தி.

சீமாண்டி சிறிது நகர்ந்தான்.

"இது ஏது ஒரு ரூபா கிடக்கு. தூணுக்கிட்டே?" என்றார்.

உப்பிலி பார்த்தார்.

"இங்க கொண்டா பார்ப்பம்" என்றான். சீமாண்டி எடுத்துக் கொடுத்தான்.

விரலால் இரண்டு மூன்று தடவை கண்ணை இடுக்கிப் பார்த்தார் உப்பிலி.

"நான்தாண்டா, காலமே குளிச்சிட்டு கச்சம் கட்டிண்டேன். இப்படி ஓரமா வச்சேன். எடுத்துக்க மறந்து போச்சு."

"நிசமாவா?" என்று சிரித்தான் சீமாண்டி.

"பின்னே பொய்யா சொல்றேன்."

"நீ எப்ப குளிச்சே? எங்க திருமண்ணு நெத்தியிலே காணமே?"

"குளிச்சாத்தான் கச்சம் கட்டிக்கணுமோ. ராத்திரி தட்டுச்சுத்து கட்டிண்டிருந்தேன். இங்க வந்து கச்சம் கட்டிண்டேன்"

"வாசல்லெ வந்தா? உன் இடுப்புக்குக் கீழே தெருவிலே போறவா வறவாள்ளாம் பார்க்கும்படியாவா?"

உப்பிலி முகம் சிவந்து ஒரு கோடையிடி கத்தல் கத்தினார். "கயவாளிப்பயலே. என்ன ரொம்ப ரொம்ப துளுத்துப் போச்சு. நானாடா பொய் சொல்றேன். நாக்கை அடக்கிப் பேசு. உன்னைத் தெரியும் எனக்கு."

உப்பிலிக்கு முகத்தில் ரத்த நாளங்கள் புடைத்துக்கொண்டன.

"பெரியவா சின்னவான்னு மரியாதை கிடையாது. என்னன்னு நெனச்சிண்டிருக்கேன்னேன்."

சத்தம் ஏறிக்கொண்டே வந்தது, தெருவில் அந்தந்த வீட்டுத் திண்ணையிலே வந்து நின்றுகொண்டார்கள்.

வேதாந்தி முகத்தில் அறைந்தாற்போல் நின்றார்.

எனக்கு சிரிப்பு வருகிறது.

"நான் என்ன சொல்லிப்புட்டேன் சித்தப்பா! வாசல்லெ வந்து கச்சம் கட்டிக்கமாட்டியே நீ. இன்னிக்கு வந்து கட்டிண் டேங்கிறியே. எதுனாலேன்னு கேட்டேன். அந்த ரூபா உன்னுது இல்லேன்னு நான் சொன்னேனோ!" என்று மிருதுவான, சமாதானம் பண்ணுகிற குரலில் பேசினான் சீமாண்டி.

"சரி சரி போ."

உப்பிலி எழுந்து ரூபாயுடன் உள்ளே போனார்.

## மக்களை ஈர்த்த மகராசர்

விமானம் தரை தட்டிற்று. ஓடி நின்றது. "இங்கு ஐம்பது நிமிஷம் நிற்கும். தொடர்ந்து பிரயாணம் செய்பவர்கள் இறங்கி, ட்ரான்ஸிட் கூடத்தில் இளைப்பாறித் திரும்பி வரலாம்" என்று பெண் குரல் அறிவித்தது. அவர் வெள்ளைக்காரர். படிக்கட்டில் இறங்கினார். நடந்து 'ட்ரான்ஸிட்' கூடத்திற்குப் போனார்.

இன்று என்ன விசேஷம் இந்த ஊரில்? ஏன் இவ்வளவு இரைச்சல்! ஏன் இத்தனைக் கூட்டம்?

கண்ணாடிச் சுவர் வழியாகப் பார்த்தார் வெள்ளைக்காரர். தலை, தலை, எங்கும் தலைகள்!

பத்தாயிரம் தலைகள். ஆமாம் பத்தாயிரம் பேருக்குக் குறையாது. மேலும் மேலும் கார்கள் வந்துகொண்டிருந்தன. சின்னக்கார்கள், பெரிய கார்கள், உள்நாட்டுக்கார்கள், வெளிநாட்டுக்கார்கள். கதவுகள் திறந்தன மனிதர்களைக் கொட்டிவிட்டு அப்பால் கார் கூட்டத்தோடு சேர்ந்து நின்றன. பத்தாயிரம் பேர் கூட்டத்தின் முன் வரிசையில் ஒரு முந்நூறுபேர் ரோஜா மாலைகளும் கைகளுமாக நிற்கிறார்கள். ஒரு மொத்தமான மனிதரின் கழுத்தில் மாலையைப் போட்டுக் கும்பிடுகிறார்கள். பின்னே போகிறார்கள். மாலைகளுக்குள் உடல் மறைந்து, முகம் மறைந்து, சுமை தாங்காமல் போனதும், மொத்தமான மனிதர் மாலைகளை ஒவ்வொன்றாகக் கழற்றுகிறார். பக்கத்திலிருப்பவர்களிடம் பார்க்காமலேயே கொடுக்கிறார். பக்கத்திலிருப்பவர் இன்னொருவர். மாலை களை மூன்று அல்லது நான்காகச் சேர்த்துக் கழற்றிக்

தி. ஜானகிராமன்

கழற்றி உதவுகிறார். இன்னொரு குழு முன்னால் வருகிறது. மாலைகளைப் போடுகிறது. மீண்டும் மாலைகளுக்குள் உடல் மறைகிறது. முகம் மறைகிறது. தோள் தாங்க முடியவில்லை. மொத்தமான மனிதர் தானாகவும், பக்கத்திலிருப்பவர்கள் உதவியுடனும் மாலைகளை எடுத்துக் கொடுக்கிறார். அவர் முகத்தில் மாறாத புன்னகை, கை குலுக்கல், கும்பிடுகள். சிலர் குழந்தைகளிடம் மாலையைக் கொடுத்து, குழந்தைகளையே உயரத் தூக்கி மாலைகளை அணிவிக்கச் செய்கிறார்கள். போலீஸ்காரர்கள் தடியும் கையுமாகக் கூட்டத்தை ஒழுங்குபடுத்துகிறார்கள். எம்பி எம்பியும் குதித்துக் குதித்தும் கூட்டத்தின் நடுவில் உள்ளவர்கள் மொத்தமான மனிதரைப் பார்க்க முயலுகிறார்கள். மாலைகள் வந்துகொண்டேயிருக்கின்றன. போட்ட வண்ணமும் கழன்ற வண்ணமும். இத்தனை மாலைகளையும் போட இன்னும் இரண்டு மணி நேரமாவது ஆகுமே என்று கணக்குப் போடுகிறார் வெள்ளைக்காரர். அரை மணி ஆகிவிட்டது. அவர் கைக் கடிகாரத்தைப் பார்க்கிறார். படபடவென்றும் சடசடவென்றும் விறுவிறுவென்றும் கூட்டம் நகர்ந்து நகர்ந்து வேகமாக, விரைவாக, நொடிக்கொன்றாக மாலைகளைப் போட்டுவிட்டது.

“உலகம் காணும் உத்தமனே சென்று வா.”

“திருமகனே வெற்றி கொண்டு திரும்பி வா.”

“அயல் நாடு காணும் ஆண்டகையே
புயல் பிரயாணம் கண்டு வா.”

“நாடு போற்றும் நாயகா
நீடு புகழ் பரப்பி வா.”

இப்படி நூற்றுக் கணக்கான வெவ்வேறு வகை கோஷங்கள் விமான நிலைய வெளியை நிரப்ப, போலீஸ்காரர்கள் பாதை விலக்க மக்கள் கூட்டம் முண்டி முண்டிப் பின்தொடர, மொத்தமான மனிதர், காக்கி உடை பாதுகாப்பாளர் உச்சி முதல் உள்ளங்கால் வரை தடவிவிடும் பரிசோதனையினின்றும் விலக்குப் பெற்று விமானத்தை நோக்கி நடந்தார். அவர் பின்னால் போக ஐந்தாறு பேர்தான் அனுமதிக்கப்பட்டார்கள்.

வெள்ளைக்காரரும் மற்றவர்களும் உடலைத் தடவும் பாதுகாப்பாளரிடம் உடலைக் காட்டி அனுமதி பெற்று விமானத்திற்குத் திரும்பினார்கள். அதே கோஷங்கள் விமானம் வரையில் வானைப் பிளந்தன. மொத்தமான மனிதர் உடல் முழுவதும் ரோஜா இதழ்கள். கோட்டு கால் சட்டை தலை – முகம் – காது மேல் இமை தோள் – எங்கும் ரோஜா இதழ்கள். இரண்டு மாலை

களை மட்டும் கழற்றவிடாமல் அணிந்துகொண்டே இருக்குமாறு கூட்டம் வற்புறுத்திற்று.

"யார் இந்த ஜெண்டில்மேன்?" என்று பக்கத்தில் நடந்து வருபவரிடம் கேட்டார் வெள்ளைக்காரர்.

"தெரியவில்லை, யாராவது மந்திரியாக இருக்கலாம்."

"என்ன தெரியவில்லை? இவர் ரொம்ப பெரிய வி.ஐ.பி. போலிருக்கிறதே?" என்று கேட்டார் வெள்ளையர்.

"அதான் சொன்னேனே. மந்திரியாக இருக்கலாம் என்று."

"மந்திரி என்றால் நிச்சயமாகத் தெரிந்திருக்க வேண்டுமே."

"இந்த நாட்டில் பல ராஜ்யங்கள் உள்ளன. சில ராஜ்யங்களில் முப்பது நாற்பது மந்திரிகள் உண்டு. மொத்தம் கணக்குப் பார்த்தால் ஐந்நூறு மந்திரிகளுக்கு மேல் இருக்கலாம். நான் எண்ணியதில்லை. அந்தக் காலத்தில் படிப்பு முடிந்ததும் பப்ளிக் சர்வீஸ் கமிஷன் பரீட்சைகள் எழுதுவதற்காக காபினெட் மந்திரிகள், ராஜ்ய மந்திரிகள், உதவி மந்திரிகள், ஏழு உலக அதிசயங்கள் – என்றெல்லாம் பெயர்களை மனப்பாடம் பண்ணியதுண்டு. இப்போது யார் எதற்கு மந்திரி என்றெல்லாம் தெரிந்துகொள்ள நேரம் இல்லை."

"வாஸ்தவம், இந்தியா மிகப் பெரிய நாடு தான்."

இப்படி அவர்கள் பேசிக்கொண்டிருக்கும் போதே ஒரு ஐயாயிரம் ஜனங்கள் போலீஸ் பந்தோபஸ்துகளை மீறி உள்ளே திமுதிமுவென்று ஓடிவந்தார்கள்.

"செல்வமே சென்று வா."

"பாரதத்தின் திருமணீ
வான் ரதம் ஏறிவா."

கூட்டம் மீண்டும் கோஷங்கள் எழுப்பிற்று. இளைஞர்கள் குரல் கம்ம, கழுத்துப் புடைக்க உரக்க உரக்கக் கோஷமிட்டனர். சில இளைஞர்கள் பூமியிலிருந்து எம்பி எம்பிக் குதித்துக் கோஷம் எழுப்பினார்கள்.

வெள்ளையர் படிக்கட்டில் ஏறித் தன் இருக்கையில் அமர்ந்தார். ஜன்னல் வழியாகப் பார்த்தார். விமான நிலைய அதிகாரிகள் கூட்டத்துக்கு நல்ல வார்த்தை சொல்லி விமானம் புறப்பட வசதி செய்து கொடுக்குமாறு வேண்டிக்கொள்வதைப் பார்த்தார். கடைசியில் ஒரு வழியாக மொத்தமான மனிதர்

தி. ஜானகிராமன்

மூன்று மாலைக் கழுத்தும் மேனிமுழுதும் பூவிதழ்களுமாக உள்ளே வந்தார். விமான அழகி, வழிகாட்டி இடம் காட்ட இருக்கையில் உட்கார்ந்துகொண்டார்.

வெள்ளையருக்கு ஆச்சரியமாகிவிட்டது. அவருக்குப் பக்கத்து இருக்கையில் உட்கார்ந்துகொண்டார் மொத்தமான பிரமுகர்.

விமானம் புறப்பட்டது. தரையைவிட்டு எழும்பிற்று.

“ரொம்ப அழகான மணமான ரோஜாக்கள்” என்று பூமணத்தை முகர்ந்து பாராட்டினார் வெள்ளையர். இந்தியப் பிரமுகர் சிரித்தார். தன்னை அறிமுகப்படுத்திக் கொண்டார்.

“நான் பசுபதிநாத். பாலிடிக்ஸில் பதின்மூன்று வருஷமாக இருக்கிறேன். தேசிய உளுந்து வாரியத்தின் தலைவனாகச் சென்ற வாரம் நியமித்தார்கள். என்னை.”

“உளுந்து?”

“உளுந்து என்பது ஒரு வகைப் பருப்பு. கறுப்பு நிறம்” என்று ப்ரீஃப்கேஸைத் திறந்து ஏழெட்டுப் பொட்டலங்களைக் காண்பித்தார் பசுபதிநாத். ஒரு பொட்டலத்தைக் கிழித்து ஒரு தேக்கரண்டியளவு உளுந்தை வெள்ளையர் கையில் போட்டு வாயில் போட்டு மெல்லச் சொன்னார். வெள்ளையர் மென்றார்.

“மொட்டுக் மொட்டுக் . . . ப்சப் சப்சப்சப்” என்று ருசி பார்த்தார். “ம் . . . குட்” என்றார்.

“இது அப்படியே ப்ரொட்டீன். கோழி, முட்டை, மாமிசத்தில் உள்ள புரதம் எல்லாம் இதில் உண்டு. தோசை, இட்லி, வடை, அடை, கொழுக்கட்டை என்ற பெயர்களைக் கேட்டிருக்கிறீர்களா?”

“அப்படி என்றால்?”

“பரவாயில்லை” என்று உளுந்து தேன் குழல் ஒன்றை ஒரு பையைக் கிழித்து எடுத்துக் கொடுத்துச் சாப்பிடச் சொன்னார் பசுபதிநாத்.

“கரக், கரக் கரக் கரக் ப்சப் சப்சப்?” என்று வெள்ளையர் ருசி பார்த்தார். “நைஸ், தாங்க்யூ” என்றார்.

“எங்கள் ஊரில் தென்னாட்டுச் சைவர்கள் வடநாட்டு வைஷ்ணவர்கள் என்ற சாகபட்சிணிகள் இதைத்தான் புரதத்துக்காக உண்பார்கள். இந்த உளுந்தை எந்தெந்த நாடுகளுக்கு ஏற்றுமதி செய்யலாம் என்று பார்க்கத்தான் நான் இப்போது பல மேல் நாடுகளுக்குப் பயணம் தொடங்கியிருக்கிறேன்.”

“நல்லது. அதிருக்கட்டும், நீங்கள் மிகமிகப் பெரிய பிரமுகர் என்பதை அறிந்துகொண்டேன். பல்லாயிரக் கணக்கில் வந்து மக்கள் வழி அனுப்புகிறார்களே! என்ன கூட்டம் என்ன கூட்டம்! எத்தனை நூறு மாலைகள்.”

“ஹி ஹி ஹி... என்ன பிரயோசனம்? பதிமூன்று வருஷம் ஆச்சு, அரசாங்கம் இதைப் புரிந்துகொள்ள. பத்து லட்சம் தேர்தலுக்குக் கொடுத்தேன். ஒன் மில்லியன் டாலர். இல்லாவிட்டால் இந்த உளுந்து போர்டு தலைமை கூடக் கிடைத்திராது.”

“ஓ... வாட் எ பிட்டி!”

எட்டு மணி நேரம் இறங்காமல் பறந்தது விமானம் பிறகு இறங்கிற்று. இறங்குகிற வரையில் ஷாம்ப்பேன் விஸ்கி பீர் எல்லாம் வாங்கிச் சாப்பிட்டார் பசுபதிநாத். வெள்ளையருக்கும் உபசாரம் செய்தார். ஒரு பெக் விஸ்கி சாப்பிட்டு நன்றி கூறிவிட்டுத் தூங்கினார்.

பசுபதிநாத் இன்னும் தொடர்ந்து பறக்க வேண்டும். வெள்ளைக்காரர் “நான் இறங்க வேண்டிய இடம் வந்துவிட்டது.” என்று விடைபெற்றுக்கொண்டார்.

பசுபதிநாத் “நானும் ட்ரான்ஸிட் லௌஞ்சிலிருந்தே உங்கள் நாட்டை பார்க்கிறேன்” என்று இறங்கிக் கூடவே வந்தார். திடீரென்று “நீங்கள் என்ன செய்கிறீர்கள். பிஸினஸா, சர்க்கார் வேலையா ஒன்றும் கேட்கவில்லை? கேட்கலாம் என்றிருந்தேன். தூங்கிவிட்டீர்கள். ஸாரி... நீங்கள்..?”

“நான் இந்நாட்டின் உதவிப் பிரதம மந்திரி.”

“ஆ! இந்த நாட்டுக்கு உதவிப் பிரதம மந்திரியா?”

“ரொம்ப ஆச்சரியப்படாதீர்கள், உங்கள் இந்தியாவில் எட்டில் ஒரு பங்குதான் எங்கள் நாடு. ஜனங்கள் ஆயிரத்தில் ஒரு பங்குகூட இராது.”

“அது சரி. நீங்கள் உதவிப் பிரதமர் என்கிறீர்கள்: உங்களை யாரும் வரவேற்க வரவில்லையா?”

“அதோ என் மனைவி – அதோ பாருங்கள் – அப்புறம் என் செக்ரட்டரி. பக்கத்தில் நிற்கிறார் பாருங்கள்.”

“போலீஸ் கீலீஸ் ஒன்றும் வரவில்லையா?”

“போலீஸ் எதற்கு? – வரவேற்கவா?”

“உங்கள் நாடு ஜனநாயகம் இல்லையா?”

“ஜனநாயகம் தான்.”

“பின்னே மக்கள் யாரும் வரவேற்க வரவில்லையா?”

“ஜனநாயக நாடல்லவா? அதனால்தான் யாரும் வரவேற்க வரமாட்டார்கள்... நான் வருகிறேன். ஹாப்பி லாண்டிங்ஸ்... அப்புறம் மறுபடியும் ஒரு தாங்க்ஸ், உங்களோடு ட்ரிங்ஸ் சாப்பிடும் வாய்ப்பை அளித்ததற்கு. ஓ! இவர் என்னுடைய பர்சனல் அஸிஸ்டண்ட் – இவர். மிஸ்டர் பசு...” என்று விமானத்தின் பின்பக்கத்திலிருந்து இறங்கிப் பின்னால் வந்த ஒரு இளைஞனை அறிமுகப்படுத்திவிட்டு மறுபடியும் ‘ஹாப்பி’ லாண்டிங்ஸ் மிஸ்டர் பசு” என்று சொல்லிவிட்டு நடந்தார் வெள்ளையர்.

“ஜனநாயகமாம்... பூ” என்று மனதுள் சிரித்துக்கொண்டு ட்ரான்ஸிட் கூடத்துக்குள் நுழைந்தார்! தேசீய உளுந்து வாரியத் தலைவர்.

# நாதரட்சகர்

உப்பிலி வீட்டு வாசலில் கார் வந்து நிற்கிறது. கதவு திறக்கிறது. தட்டுச் சுற்று வேட்டி. சட்டை போடாத வெற்று உடம்பு. தோளில் சின்னச் சின்னக் கட்டம் போட்ட சிவப்பு காதித் துண்டு. தலையில் குடுமி. முன் பக்கம் சவரம் செய்யாது, பெண்பிள்ளை போல் நெற்றியிலிருந்தே வாரிச் சீவப்பட்ட தலைமுடி. அதில் அங்கும் இங்கும் நரை. நெற்றியில் குங்குமம். குங்குமத்துக்குக் கீழ் துளி சந்தனப் பொருக்கு. வேர்வையில் கறுத்த பூணூல்.

கையில் ஒரு பையோடு இறங்குகிறார். திண்ணைப் பக்கம் வருகிறார்.

"என்ன புரியலியா? கோவிந்தன்."

"கோவிந்தனா! வா-வா, வா யாருடாப்பான்னு பார்த்தேன்."

"கார்ல வந்து இறங்கறானே. யார்றாது - சட்டைகூட இல்லாமன்னு பார்த்திருப்பேள்! இது சொந்தக்கார் இல்லே."

"வா வா உட்காரு - உனக்கு எதுக்கு சொந்த காரு? ஊர்லெ இருக்கற கார்லாம் உன்னுதுதான்."

"என்னுதுன்னு சொல்லாதீங்கோ - சங்கீத தேவதை யோடது - நாதப்பிரம்மத்தோடதுன்னு சொல்லுங்கோ."

"அப்படியே வச்சுக்கோ. நீ இல்லாட்டா கர்நாடக சங்கீதம் யாரு ஓசிலே கேக்கப்போறா இந்தச் சீமையிலெ. அப்படியெல்லாம் இருக்கச்சே

தி. ஜானகிராமன்

காரா! உனக்கு ஏரோப்ளேன், ஹெலிகாப்டர் இதெல்லாமனா குடுக்கணும்! கார் கிடக்கு."

"உப்பிலி அய்யங்கார் ஆயிரம் பரிகாசம் பண்ணட்டும், நான் அதுக்காக கோச்சுனுடப் போறதில்லே. உங்களுக்கு ஞாபகம் இருக்கோ என்னவோ. இந்த ஊர்லெதான் என் நாதோபாசனையை ஆரம்பிச்சுது. முதல் கையெழுத்து நீங்கதான் போட்டு பதினொரு ரூபா கொடுத்தேள். இப்ப இதோட முப்பது வருஷமாறது. உங்க கைராசி இப்படி வந்து விச்வரூபம் எடுத்திருக்கு" என்று ஒரு உறையை நீட்டுகிறார் கோவிந்தன்.

"விச்வரூபம் எடுத்திருக்கா என்னது?" என்று உப்பிலி மூக்குக் கண்ணாடியை மாட்டிக்கொண்டு கவரைப் பிரித்து அந்த அச்சடித்த அட்டையை வெளியே உருவிப் படிக்கிறார். பளபளவென்று அச்சடித்த அட்டை. தங்க எழுத்தில் அச்சடித்த அட்டை.

"பலே பலே பலே பலே" என்று கோவிந்தனை ஒரு தடவை நிமிர்ந்து பார்த்துவிட்டு மீண்டும் அழைப்பைப் படிக்கிறார் உப்பிலி.

"நாதரட்சகரா..? பேஷ் பேஷ்... திருச்சியிலா நடக்கறது?"

"ஆமாண்ணா."

உப்பிலி படிக்கிறார் மீண்டும், கோவிந்தனின் சங்கீத சேவையைப் பாராட்டி 'நாதரட்சகர்' என்று அவருக்குப் பட்டம் கொடுக்கிறார்களாம்.

"யாரு ஏற்பாடு இதெல்லாம்?" – உப்பிலி.

"எல்லாரும்தான்."

"எல்லாரும்னா? 'நாதரட்சகர்னு, டைட்டில் கொடுக்கறதாப் போட்டிருக்கே. நாதத்தையே ரட்சிக்கிறவர்னா அர்த்தம். சங்கீத வித்வான்கள் ஏற்பாடு பண்ணியிருக்காளா? சங்கீதம் கேக்றவா ஏற்பாடு பண்ணியிருக்காளா?"

"ரண்டு பேரும்தான்னு வச்சுக்குங்களேன்."

"சங்கீத வித்வான்லாம் ஒத்துண்டானா? 'நாதரட்சகரா பாடறவா நாங்க இருக்கோம் – அப்படியிருக்கச்சே இவர் எப்படி ஐயா நாதரட்சகரா ஆவான்'னு கேப்பான்களே?"

உப்பிலி சொன்னதைக் கேட்டு கோவிந்தன் மூக்கின் மேல் விரல் வைக்காத குறை – அப்படி ஆச்சரியப்பட்டான்.

நாதரட்சகர்

"இந்தப் பஞ்சாயத்து டவுன்லெ உட்கார்ந்துண்டு உலகத்தையே ஜயிக்கிறேளே. உங்களுக்கு எப்படி இப்படி சொல்லத் தெரிஞ்சுது? பாப்பாக்குடி அய்யர்வாள் நீங்க சொல்றாப்பலேயே கேட்டாராம். 'ஏய்யா' ஆறுவயதிலேர்ந்து அசுரசாதகம் பண்ணி, குருகுலவாசம் பண்ணி, பணிவிடை பண்ணி, வெசவு கேட்டு, உடை வாங்கி, குட்டுப்பட்டு ஆயிரக்கணக்காகக் கச்சேரி பண்ணி ஆஸ்தான சமஸ்தான ஜமீன்கள்ளாம் வித்வானா இருக்கற நாங்கள்ளாம் நாதரட்சகாளா, ஆஞ்சனேய உற்சவம் பண்றேன், அருணகிரி உற்சவம் பண்றேன்னு ஊர் ஊரா வசூல் பண்ணி, சங்கீதக்காரனை யெல்லாம் வரவழைச்சுப் பாடச் சொல்லித் தேங்கா மூடியும் ஒத்தமாட்டு வண்டியும் ரண்டாம் க்ளாஸ் ரயில் சார்ஜூம் கொடுக்கறவன் நாதரட்சகனா? என்னய்யா பெரளியா இருக்கு'ன்னு ஆரமிச்சாராம். இவரும் சும்மா விடலெ கேட்டுண்டு சும்மா இருக்கல."

"யாரு?"

"அதாண்ணா. இந்த விழா ஏற்பாடு பண்ணியிருக்காரே பாலராமு எல்.ஐ.ஸி.லெ டாப் மேன்ல ஒருத்தர்."

"சர்த்தான்யா, பணம் வசூல் பண்ணி டிக்கட் அடிச்சு வித்து ஹால்கட்டி, மண்டபம்வச்சு, கச்சேரி வைக்காட்டா எந்த நாதம்யா தானே ரட்சிச்சுக்கப்போறது? 'ராஜராஜன் பெரிய கோவில் கட்டினான்னா, அவனா உளிவச்சு அடிப்பன்? உண்டியல்னா வச்சிண்டிருப்பான், உண்டியல் இல்லேன்னா, கோயிலாவது, சில்பமாவது, ஸ்தபதியாவதுன்னு சொல்லி பிடிவாதமா நிக்க ஆரம்பிச்சுட்டார் ... அவர் சும்மா போன் பண்ண வேண்டியதுதான், உடனே விளம்பரம் பக்கம் பக்கமா வந்து விழறது."

"எதுக்கு?"

"சிறப்பு மலருக்கு, ஸூவனிர் ஒண்ணு போடறார். ஓய் நீர் கொஞ்சமா உழைக்கலெய்யா சங்கீதத்துக்கு. சுவனீர்லெ, இன்னும் வசூல்லெ வர பணம் எல்லாத்தையும் உம்ம பேர்லெ பாங்கிலே பிக்சட் டெபாசிட்லெ போட்டுடப்போறேன். நீர் சாப்பாட்டுக்குன்னு யார்கிட்டவும் நிக்காம இருக்கணுமோல்லியோன்னார் பாலராமு. அடாடா அப்படியெல்லாம் என்னை எம்பாரஸ் பண்ணாதிங்கோ. அத்தனை பணத்தையும், ஏழைக் குழந்தைகளுக்குச் சங்கீதம் சொல்லிக் கொடுக்கறதுக்குன்னு ஒதுக்கணும்னு சொல்லிட்டேன்."

"தர்மம் வீட்லெதான்யா ஆரமிக்கும். அப்படி இங்கிலீஷ்லெ சொல்ற வழக்கம்." – உப்பிலி.

“எனக்கு என்ன புள்ளையா குட்டியா? கல்யாணமா கார்த்தியா! ஒண்டிக்கட்டை. எங்கம்மாக்காரியைக் கரையேற்றிப் புட்டேன்னா தெருதான் வீடு, ஊரெல்லாம் குடும்பம்.”

“உனக்கென்னய்யா குறை? சங்கீதக்காரனல்லாம் உள்ளங் கையிலெ வச்சுண்டு தாங்குவான் போ.”

“நான் வரேண்ணா. எனக்கு ஆப்தமா அந்தரங்கமா இருக்கற அஞ்சாறுபேர் உண்டு. அவாளை நேரப் போய் அழைக்காட்டா, நன்னிகெட்ட ஜன்மமாப் போயிடுவேன். ‘நன்னிதாண்டா முக்கியம் அதுதான் சோறு போடும். போய் நேர அழச்சுட்டுவா’ன்னு பாலராமு கார் கொடுத்தார். அவர் கார்தான் இது. நான் வரேண்ணா.”

உப்பிலியின் காபி, வெந்நீர் உபசாரத்தை ஏற்றுக்கொள்ளக்கூட அவனுக்குப் போது இல்லை. கார் கிளம்பிவிட்டது.

“பார்த்தீரா உலகம் போற போக்கை? பாப்பாக்குடி அய்யர் ஏன் சொல்லமாட்டார்? இவன் நாதத்தை ரட்சிக்கிறானாம். அதுக்கு எல்.ஐ.ஸிக்காரன் ஒருத்தன் பெரிய புள்ளியாம். அவன் பதிலடி கொடுத்தானாம். இந்த கோவிந்தனோட அப்பா பஞ்சாங்கக்காரன். இதுக்குப் படிப்பு வெல்லெ பஞ்சாங்கம் பண்ணி வைக்கச் சொல்லிக் கொடுத்தான் தகப்பன். எங்கியோ ஒரு நாளைக்கு இவன் மதுரைப் பக்கம் போயிருந்தானாம் முப்பது வருஷம் முன்னாலெ. அப்ப சின்ன வயசு. பதினெட்டு பத்தொன்பது வயசு இருக்கும். ரயில்லே போறபோது யாரோ ஆபீசர்கூட பிரயாணம் பண்ணிண்டிருந்தானாம். விசாரிச்சதில் தூரத்து உறவுன்னு தெரிஞ்சுண்டானாம். பூவாளூர் சந்தையில பொட்டியும் பொட்டியும் இடிச்சுண்டுதாம். அந்த மாதிரி ஏதோ உறவு. நாமெல்லாம் தியாகப்பிரம்மத்தோட சம்சாரம் இருந்தாளே – அந்த வம்சத்தைச் சேர்ந்தவா. அப்படியிருக்கச்சே கண்டவனுக்கெல்லாம் போய் பஞ்சாங்கம் பண்ணி வச்சு அரிசியும் வாழைக்காயும் வாங்கிண்டு நீசப் பொழப்புப் பொழைக்கலாமான்னு ஆதங்கப்பட்டாராம் அவர். புள்ளையாண் டான் திரும்பி வந்தான். அப்பா எத்தனை சொல்லியும் கேக்கலெ. அனுமார் கோயிலுக்கு உத்ஸவம் பண்றேன்னு ஆரம்பிச்சான். எங்கிட்டதான் வந்தான். முசிறி, செம்மங்குடி, ஜிஎன்பி எல்லாரையும் கொண்டுவரேனா இல்லியா பாருங்கோன்னு. உங்க கையாலெ முதல்லே கொடுங்கோ. சோழகர் நாட்டார் எல்லாரும் உங்க கைராசியைப் பத்தித்தான் சொல்றா சொல்றா அப்படிச் சொல்றான்னான். முசிறி பேரு, சித்தூர் பேரு எல்லாம் சொல்லி என்னை இளக்கிட்டான். சரிடான்னு பதினோரு ரூபா போட்டேன். முதக் கையெழுத்து நம்முது, அதைத்தான்

பெரிசாச் சொல்லிக்கிறான். அன்னிக்கி ஆரம்பிச்சவன். ஓயலே, ராதா கல்யாணம்னு வசூல் பண்ணுவன். மூட்டை மூட்டையாய் அரிசிவரும், கச்சேரி, சாப்பாடுன்னு அமர்க்களம் பண்ணுவன். மிச்சம் இருக்கறதெல்லாம் வீட்டுக்குப் போயிடும். உடனே அருணகிரி உற்சவம்பான். அதுக்குத் தனியா வசூல் பண்ணுவான். இப்படிக் கும்மாணத்திலே ஒரு வீடும், திருச்சிராப்பள்ளியிலே ஒரு வீடும் வாங்கிட்டான். முன்னெல்லாம் கோவிந்து கோவிந்துன்னு பெரிய வித்வான்லாம் கூப்பிடுவா. இப்ப என்னமோ குருஜியாம். குருஜீ குருஜின்னு கூப்பிடறான். பெரிய பெரிய வித்வான்லாம்கூட. என்னன்னே புரியலெ. ஒரு நாளைக்கு ஒரு இடத்திலே இருக்கமாட்டான். எங்கெங்கெல்லாம் திருவிழா உத்சவமோ அதுக்கெல்லாம் அழைப்பும், பங்களூர், மைசூர், திருவனந்தபுரம், விஜயவாடா, ஹைதராபாத்துன்னு கல்கத்தா, பம்பாய் போன்ற இடத்திலெல்லாம் வித்வான்களோட படுக்கை சாப்பாடு."

இந்த சமயத்தில் தான் உப்பிலியின் அண்ணன் மகன் சீமாண்டி வந்தான் – வாயில் வெற்றிலைச் சீவல் அரையல்.

"யாரு சித்தப்பா கோவிந்து மாதிரி இருந்ததே? கார்லியா வந்திருந்தான்?"

"ஆமாண்டா கோவிந்துதான். அவன் சங்கீத சேவை முப்பது வருஷமாப் பண்றானாம். அதுக்காக நாதரட்சகன்னு டைட்டில் கொடுக்கப் போறாளாம் திருச்சியிலெ."

"என்னது?"

"நாதரட்சகன்."

"தேவலியே!"

"நீங்களும் வரணும்னு என்னைக் கூப்பிட வந்தான். நான் தான் முதமுதல்லெ பதினொரு ரூபா போட்டேனாம் முப்பது வருஷம் முன்னாலெ, அவன் அனுமார் கோயில் உத்சவம் ஆரம்பிச்சபோது ... அதை நினைச்சிண்டு காரை எடுத்துண்டு ஓடிவந்திருக்கான்."

"ச்சு ... ச்சு .... ச்சு ..."

"என்ன உச்சுக்கொட்றே?"

"உன் சிண்டிலயும் பூச்சுத்த வரான் பாரு ஒத்தன் ..."

"என்ன பூ சுத்திட்டான் என் சிண்டுலே."

"இதே கார்ல தான் நேத்திக்கி கடைத் தெருவிலெ கோபால்சாமி கடைலெ சொல்லிண்டிருந்தான். அவர்தான்

முதமுதல்லெ பத்து ரூபா போட்டாராம். போன வாரமும் வந்திருந்தான் சாலியத்தெருவுக்கு. சீது செட்டியார் கிட்டதான். நீங்கதான் முதமுதல்லெ கையெழுத்துப் போட்டேள்னு நானூறு ரூபா ஒரு பக்கத்துக்குன்னு அட்வர்டைஸ்மெண்ட் வாங்கிண்டு போனான். உங்கிட்ட ஏதாவது வாங்கிண்டு போனானா டொனேஷன்னு?"

"எங்கிட்ட ஏண்டா வரான்? நான் என்ன மொத்த மளிகைக் கடையா வச்சிருக்கேன்? இல்லெ நூறு தறி வச்சிருக்கேனா? நெஜம்மாவே எங்கிட்டதான் முதமுதல்லெ பதினொரு ரூபா வாங்கிண்டு ஆஞ்சனேய உற்சவம் ஆரம்பிச்சான் அந்தக் காலத்திலெ."

"நீ வெறுமனெ கேட்டா குடுப்பியா? நாளைக்குத் தாசில்தார் இல்லாட்டா சப் கலெக்டர்டேர்ந்து லெட்டர் வரும் பாரு. ஒரு கமிட்டி போட்டிருக்கா இந்த விழாவுக்கு."

"சப் கலெக்டர்டேர்ந்து சிபாரிசுக் கடுதாசி வரும். எங்ககிட்ட இருநூறு முந்நூறுன்னு ரூபா பிடுங்கிண்டு போப்போறா – அவ்வளவுதானே? உனக்குச் சந்தோஷமா இருக்கும். சித்தப்பா கஷ்டப்படணும். நீ சந்தோஷப்படணும் இல்லியா? எங்கண்ணா வுக்குன்னு வந்து புள்ளையா பொறந்தியேப்பா."

இப்போது உப்பிலி முகம் சிவக்கவில்லை. தம் தமையனின் புத்ர சம்பத்தை நினைத்து வருந்தி அவர் உடம்பு உள்ளே எழுந்து போயிற்று.

*தினமணி கதிர்*, 23.7.82

# மிஸஸ் மாதங்கி

"வாருங்கள், வாருங்கள்" என்று என்னைப் பிடித்து இழுத்தான் ஜோக்லி. தள்ளிக்கொண்டு போனான். முதல் வரிசை நடுவில் ஒரு நாற்காலியில் உட்கார்த்தி வைத்தான்.

"நோ நோ."

"என்ன நோ நோ!"

"இது வி.ஐ.பிக்கள், பிரமுகர்கள் உட்காரும் வரிசைன்னா! முடியாது. நான் அதோ அங்கே போய் உட்கார்ந்துக்கறேன்"– காலியாக இருந்த முதல் ஏழெட்டு வரிசைகளைத் தாண்டி கண்ணைக் காண்பித்தேன். எழுந்தேன். தோளைப் பிடித்து அழுத்தினான். தோள் பட்டை நொந்தது. அழுத்தின கை பஞ்சாபிக் கை.

"நீயும் வி.ஐ.பி. தான் உக்காரு சும்மா. நீதான் வி.ஐ.பி." என்று சொல்லிவிட்டு நகர்ந்தான் ஜோக்லி. நாலு அடி போய்த் திரும்பி வந்தான்.

"இங்கியே இரு. வேறு எங்கியும் போயிடாதே. காரியம் இருக்கு. வந்து சொல்றேன்."

"என் . . . ன காரியம்" என்று கேட்பதற்குள் ஜோக்லி வாசலைப் பார்க்க ஓடிவிட்டான்.

நான் தனியாக முன் வரிசையில் முள் மேல் உட்கார்ந்திருந்தேன். இந்த முதல் ஏழெட்டு வரிசைகள் பிரபலர்கள், பிரமுகர்களுக்காக ஒதுக்கப்பட்டவை. ரிடையரான ஐ.ஸீ.எஸ்ஸுகள், அவர்களுடைய

குடும்பங்கள், ஐ.ஏ.எஸ்ஸுகள், அமைச்சுக் காரியதரிசிகள், துணை உபகாரியதரிசிகள், பார்லிமெண்ட் உறுப்பினர்கள், மகா மகா நடன அரசிகள். பத்மபூஷணிகள் என்று மிகமிக முக்கிய நபர்களுக்காக ஒதுக்கப்பட்ட வரிசைகள். நம் ஊரிலேயே இப்படி இருக்கும்போது டில்லியில் கேட்க வேண்டுமா? சர்க்கார் நகரமாச்சே. தலைநகரமாச்சே. ரொம்ப ரொம்பப் பெரிய பிரமுகர் என்று லட்சக்கணக்கான ஜனங்களைக் காக்க வைக்கிற பிரமுகர் கூட டில்லிக்குப் போனால் ஒரு ஓரத்தில் பத்தாவது வரிசையில்தான் மூஞ்சூறு போல் உட்கார வேண்டும். இங்கே பெரிய பெரிய உத்யோகம் பார்த்துவிட்டு டில்லிக்கு மாற்றலாகிப் போனவர்களைக் கேட்டுப் பாருங்கள் தெரியும். 'தண்ணிகூடக் கொண்டுவர மாட்டேங்கறான் ப்யூன்' என்று தன்னிரக்கப்பட்டுக் கொண்டிருப்பார்கள்... இப்படியான டில்லியில் முதல் வரிசையில் அதுவும் நடு நாற்காலியில் தள்ளப்பட்ட எனக்கு எப்படியிருக்கும்?

நாட்டிய நாடகம் தொடங்க இன்னும் பதினைந்து நிமிஷம் இருந்தது. ஏன் இப்படி இருபது நிமிஷம் முன்னால் வந்து தொலைத்தோம்? அதுவும் இந்த ஜோக்லியின் கண்ணில் படவேண்டுமா? – ஜோக்லி நம்ம பாஷையில் சொன்னால் திருவாழத்தான் – நாலிங்கராயன் . . . இருக்கட்டும் அவன் பிரதாபத்தைச் சொல்ல இப்போது நேரம் இல்லை.

முதல் வரிசை, இரண்டாம் வரிசை, மூன்றாம் வரிசை எல்லாம் கொஞ்சம் கொஞ்சமாக நிறைந்துகொண்டிருந்தது. பிரமுகர்கள், பிரமுகிகள், அவர்களுடைய குழந்தைகள், எல்லாரும் வரிசைகளை நிறைத்துவிட்டார்கள். நாடகம் தொடங்க இரண்டே நிமிஷம்.

மிஸஸ் மாதங்கி வந்தாள். அவள் பக்கத்தில் ஜோக்லி. பெரிய மனிதர்கள், அமைச்சர்கள், பிரதம மந்திரி முதலியவர்களுக்கு முன்னால் ஒரு கூழைப் புனனகை வருமே – நீங்கள் தினசரி களிலும் சில சின்னப் பிரமுகர்கள் வீட்டிலும் இந்தப் கூழைச் சிரிப்பைப் போட்டோக்களில் பார்த்திருக்கலாம். எல்லோரும் பார்க்கும்படியான இடத்தில் மாட்டியிருப்பார்கள் – அந்தப் புன்னகையுடன் வந்தான் ஜோக்லி. எனக்குப் பக்கத்து மெத்தை நாற்காலியில் மிஸஸ் மாதங்கியை உட்காரவைத்தான்.

"மீட் மிஸ்டர் ராமா. ராமா தமிழில் தலைமையான கவிஞர். பாதிரியாருக்குப் பிறகு இவர்தான் தமிழில் தலையாய கவிஞர்."

"பாரதியைச் சொல்கிறீர்களா? என்றாள் மிஸஸ் மாதங்கி.

“ஆமா, ஆமா, பாரதிதான். ஐம் ஸோரி.” என்றான் ஜோக்லி. “அவருக்கு அப்புறம் ராமா தான் பெரிய கவி.”

“தெரியுமே, நான் அடிக்கடி பேப்பர்களில் பார்க்கிறேனே.”

“நோ நோ – நான் கவியில்லை. எனக்குச் சாதாரண செய்யுள்கூட எழுதத் தெரியாது. பாபா ப்ளாக் ஷீப்கூட எழுதத் தெரியாது.” நான் தவித்தேன்.

“அரே யார்! சும்மா இரு! எல்லாம் எனக்குத் தெரியும்.” ஜோக்லி சிரித்தான்.

“நெசம்மா சொல்றேன். எனக்கு ‘பொயட்ரியே’ வராது. லேசா ரண்டு மூணு கட்டுரைகள் எழுதியிருக்கேன் அவ்வளவுதான்.”

“ரே யார்! கீப் கொய்ட்.”

“தெரியும் தெரியும். அவர் ரொம்ப அடக்கமாகப் பேசுகிறார். நிஜமான பெரியவர்கள் இப்படித்தான் பேசுவார்கள். எனக்குத் தெரியாதா என்ன, இவரைப்பற்றி?” என்று என்னையும் ஜோக்லியையும் பார்த்து ஒரு பிரமுகப் புன்னகை புரிந்தாள் மிஸஸ் மாதங்கி.

“ஸீ” என்றான். “ராமா, நீதான் நாடகத்தில் வரும் பாட்டு, பேச்சுக்கெல்லாம் அர்த்தம் சொல்ல வேண்டும் இவருக்கு. இப்பப் புரிகிறதா? ஏன் இங்கே உட்கார வைச்சேன்னு” என்று பெருமையாக என்னைப் பார்த்தான் ஜோக்லி. யார் யாரை எந்த வேலைக்கு அமர்த்துகிறது என்ற நிர்வாகத் தந்திரப் பெருமை அந்த முகத்தில்.

“ஜோக்லி,இது கதக்களின்னா, பாஷை மலையாளம்னா” என்று அவன் காதில் கிசுகிசுத்தேன்.

“அரே யார்! நீ மதராசிதானேப்பா!”

“நான் தமிழனாச்சே. மலையாளம் வேற. தமிழ் வேற.”

“அது சரிப்பா – நீ மதராசிதானே. புரியாதா? அதுவுமில்லாம – மலையாளம் தமில்லேர்ந்து பொறந்துதாமே.”

“எரைஞ்சு பேசாதே. பின்னாடி யாராவது மலையாளி செக்ரடரி உட்கார்ந்து கேட்டுண்டிருக்கப்போறார். நீ பார்க்கற டைரக்டர் வேலைக்குச் சீட்டுக் கிழிஞ்சிடும்.”

“சரி. யார்! எதோ தெரிஞ்சதைச் சொல்லேன், ஆஃப்டர் ஆல் இது விஷுவல்தானே. ஏதாவது மானேஜ் பண்ணேன் – சரி

நான் கொஞ்சம் க்ரீன் ரூமுக்குப் போய்ட்டு, வர்றேன், ராத்திரி மதிப்புரை அனுப்பணும். கொஞ்சம் ப்ரூப்ரீடரைப் பார்த்துப் பேசிட்டு வாறேன் ... ஸோ –" என்று மிஸஸ் மாதங்கியிடமும் உத்தரவு பெற்று அவசர அவசரமாகப் போனான் ஜோக்லி.

மிஸஸ் மாதங்கி என் பக்கம் திரும்பினாள்.

"பாரதி இன்னும் பாண்டிச்சேரியிலேதான் இருக்காரா?"

"இல்லியே, அவர் காலமாய் ரொம்ப வருஷமாச்சே."

"ஸ் ... யெஸ் யெஸ் ... நான் வேற யாரோடவோ மிக்ஸ் பண்ணிவிட்டேன். உங்க கவிதையெல்லாம் இங்கிலீஷிலே வந்திருக்கா – ஹிந்தியிலே வந்திருக்கா, உங்களைப் பற்றி அடிக்கடி கேள்விப்படுகிறேன். ஆனா வாசிச்சதில்லெ."

நான் கவிஞனே இல்லை என்றால் இனிமேல் இவள் நம்பப் போவதில்லை. நல்லவேளையாக நான் ஏதோ பதில் சொல்ல வாய் எடுப்பதற்குள், ஜெண்டை ஒலிக்கத் தொடங்கிற்று.

என்னைப் பார்த்து என்னமோ கேட்டாள் மிஸஸ் மாதங்கி. ஜெண்டை ஓசையில் ஏதும் கேட்கவில்லை.

"என்ன?" என்றேன்.

"என்ன அற்புதமான ரிதும்! அற்புதமான தாளக்கட்டு!" என்று உரக்கச் சொல்லிவிட்டு இரண்டு தடவை தொண்டை கமறி இருமிவிட்டு, "அப்புறம்" என்று சொல்லி புன்சிரிப்புடன் மேடையைப் பார்த்தாள் மிஸஸ் மாதங்கி.

கட்டியக்காரன் வந்துவிட்டான் நல்லவேளை. மிஸஸ் மாதங்கி அப்படியே லயித்துப் போய்விட்டாள். மூச்சு வந்தது எனக்கு.

மிஸஸ் மாதங்கியை நான் சற்றைக்கொருதரம் திரும்பிப் பார்த்துக் கொண்டிருந்தேன். வயது சொல்ல முடியவில்லை. எழுபதும் இருக்கலாம். எண்பதும் இருக்கலாம். ஒரு காலத்தில் நல்ல வெள்ளை நிறமாக இருந்திருக்க வேண்டும். இப்போது தோல் முழுதும் சுருங்கி, நல்ல தாமிரப் பழுப்பாக மாறிவிட்டது. சிறிது கூனல். கட்டியிருந்த பட்டுப் புடவையில் கோயில் கோபுரங்களாக இருந்தது. இருபத்தைந்து வயதுப் பெண்மணியின் உடம்புக்கு ஏற்ற புடவை. கழுத்தில் ராஜஸ்தானத்து வெள்ளி அட்டிகை. விரல்களில் ராஜஸ்தானத்து அமைத்திஸ்ட், டோப்பாஸ் மோதிரங்கள். முகத்தில் கால் அங்குலத்திற்கு ரோஜா நிறப் பூச்சு. நான்

சின்னப் பெண் இல்லை. கிழவிதான், ஆனால் அப்படி வெள்ளை மயிர்க்கிழமும் இல்லை என்று காண்பிப்பதற்காக, ஒரு தினுசான பழுப்புச்சாயம் தலைமுடியில் ஏறியிருந்தது. பல் முத்து வரிசை. செயற்கைப் பல்தான். உடலிலிருந்து ஒரு மிருதுவான சந்தன அத்தர் கமழ்ந்தது. வாயிலிருந்து கிழவி வாடை கமழ்ந்துவிடுமோ என்று சங்கோசத்தால் சற்றைக்கொருதரம் முழுசு முழுசாக ஒரு ஏலக்காய் கடித்துக்கொண்டிருந்தாள் மாதங்கி. எனக்கும் ஒரு ஏலக்காய் கொடுத்தாள்.

"போடிநாய்க்குனூர்லேந்து ஒரு சிநேகிதர் அனுப்பிச்சார்" என்று அந்த ஏலக்காயையும் அறிமுகப்படுத்தினாள். "பச்சை வரைட்டி" என்றாள்.

இடைவேளையில் அவளை எல்லாரும் வந்து சூழ்ந்து கொண்டார்கள். மேடைக்கு அழைத்தார்கள். மைக்கைத் திருகி உயர்த்தித் தாழ்த்தித் திருப்பினார்கள்:

மிஸஸ் மாதங்கி பேசினாள். கதகளிகாரர்களுக்கு மாலை போட்டாள். அவளுக்கும் மாலை போட்டார்கள். பிறகு மெதுவாக இறங்கி வந்தாள். தள்ளாமை. அவளைப் பிடித்து அழைத்து வந்து யாரோ பிரமுகர் மீண்டும் அதே நாற்காலியில் உட்கார்த்தி வைத்தார். என்னைப் பார்த்தார். மாதங்கியும் என்னைப் பார்த்தாள்.

நான் குறிப்பறிந்து எழுந்து பின் வரிசையில் ஒரு நாற்காலியைக் கண்ணால் தேடினேன்.

"நீங்கள் கட்டாயம் வீட்டிற்கு வரவேண்டும்" என்றாள் மாதங்கி என்னிடம்.

"அவசியம் வருகிறேன் நன்றி."

"எப்ப?"

"உங்க செளகர்யம்!"

"நாளை ஞாயிற்றுக்கிழமை. மத்தியானம் வாங்களேன். சேர்ந்து சாப்பிடலாமே."

"சரி!"

"நாளை மத்தியானம் பன்னிரண்டரை மணிக்கு. அதுதான் எனக்கு லஞ்ச் டைம்."

"வரேன்."

"மறந்துவிடாதீர்கள்."

"இல்லை."

நிகழ்ச்சி முடிந்ததும், தூர இருந்து பார்த்தேன். நடன அரசிகள் மாதங்கியைச் சூழ்ந்துகொண்டார்கள். அமைச்சுக் காரியதரிசிகள் சூழ்ந்து கொண்டார்கள். மெதுவாக அவளைக் காரில் ஏற்றி வழியனுப்பினார்கள். கூட்டம் கலைந்தது. நான் வெளியே ஒரு சாய் குடித்து 'ஜர்தா பான்' போட்டுக்கொண்டு நின்றேன்.

"குட்நைட் யார்!!" என்று காரை நிறுத்தினான் ஜோக்லி. "நான் 'ட்ராப்' பண்ணட்டுமா?" என்றான்.

"பரவால்லெ."

"நான் ரெவ்யூ எழுதிக் கொடுக்கணும். பத்திரிகை ஆபீஸுக்குப் போயிட்டிருக்கேன். இல்லாட்டா உன்னை வீட்டிலே 'ட்ராப்' பண்ணிட்டுத்தான் போவேன்."

"பரவால்லே. நீ போ. எனக்கு காலாற நடக்கணும்."

"ஷ்யோர்?"

"ஷ்யோர்."

மறுநாள் பகல் பத்தரை மணிக்கே தயாராகிவிட்டேன். மிஸஸ் மாதங்கி வீடு அதிக தூரம் இல்லை. நடந்தால் அரைமணி.

சரியாகப் பதினொண்ணு ஐம்பதுக்கு மாதங்கி வீட்டு வாசல் மணியை அழுத்தினேன்.

இரண்டு நிமிஷம் ஆயிற்று. மூச்சுப் பேச்சில்லை, மீண்டும் புத்தானை அழுத்தி ஒரு அரை நிமிஷம் கழிந்ததும் ஒரு பைஜாமா ஜிப்பா ஒரு பேனாவும் கையுமாக வந்தது.

"யார்?"

"மிஸஸ் மாதங்கியிருக்கிறாரா?"

"நீங்கள் யார்?"

"நான் ராமா. அவரைப் பார்க்கணும்."

"அப்பாய்ண்ட்மெண்ட் கொடுத்திருக்கிறாரா?"

"சாப்பிட வரச் சொல்லியிருக்கா,"

"அப்படியா? என்னிடம் சொல்லவில்லையே."

"நீங்கள் . . ?"

"நான்தான் அவரோட செக்ரடரி."

“ஓ!”

“லஞ்ச்சுக்கு யாரையும் அழைத்திருப்பதாகச் சொல்ல வில்லையே, இருங்கள்.”

உள்ளே போனார் அவர். ஐந்து நிமிஷங் கழித்து வந்தார்.

“அவருக்கு உடம்பு சரியாக இல்லை. தூங்கிக்கொண்டிருந்தார். எழுப்பிக் கேட்டேன். ரொம்ப சாரி. இன்னொரு நாளைக்கு வரச் சொன்னேன்னு சொல்லச் சொன்னார்.”

“அப்படியா? உடம்பு சரியாயில்லையா?”

“ஆமா.”

“நான் பார்த்துவிட்டுப் போய்விடுகிறேனே,”

“நோ ப்ளீஸ். அவர் ரொம்பக் களைப்பாகப் படுத்திருக்கிறார். நீங்களும் வெயிலில் வந்திருக்கிறீர்கள். கொஞ்சம் உட்காருங்கள்,” என்று ஹாலில் உட்காரச் சொன்னார். “கூலாக ஏதாவது சாப்பிடுங்கள்” என்றார். ஜன்னல் கதவுகளை அடைத்தார். ஒரு ஸ்விச்சைத் தட்டினார். இருளில் ஒரு ஓரத்தில் ஒரு பெட்டியில் வெளிச்சம் தெரிந்தது. கிர் என்ற ஓசை.

“கூலாக ஏதாவது கொண்டுவருகிறேன். அதுவரையில் இதைப் பார்த்துக்கொண்டு இருங்கள்.”

எதிர் சுவரில் ஒரு சினிமா படம் ஓடிற்று. பேச்சில்லை. ஒலியில்லை. “மிஸஸ் மாதங்கி பற்றி ஒரு டாக்குமெண்டரி, இரண்டே ரீல்தான். நீங்கள் விரும்பிப் பார்ப்பீர்கள். நீங்கள் டாக்குமெண்டரிப் படம் எல்லாம் எடுப்பீர்களாமே?” என்று சொல்லிவிட்டு உள்ளே போனார்.

நானா! சினிமா டாக்குமெண்டரி எடுப்பவனா? நான் சினிமா பார்த்து இருபது வருஷமாச்சே! என்ன இது!

இருந்தாலும் பார்த்துக்கொண்டிருந்தேன். சின்ன வயசில் மிஸஸ் மாதங்கி ஒரு சினிமாவில் நடித்திருந்தாளாம். ஐயோ ஐயோ கொள்ளை அழகு! கொள்ளை அழகு! என்ன கூந்தல்! என்ன கண்கள்! என்ன மோகனம் சிரிப்பில்! நடையில்தான் என்ன குழைவு! தரையில் மிதக்கிற நடை! என்ன மேனி! கடித்துத் தின்றுவிடுவீர்கள். அப்படியாப்பட்ட சரீரம்!

அந்த மாதங்கியா இந்தக் கிழம்!

ஒரு நிமிஷத்திற்குப் பிறகு படத்தில் கிழமாதங்கி தோன்றினாள். ஏதோ இரண்டு படங்களுக்குப் பிறகு சினிமாவில் நடிப்பதை விட்டுவிட்டாளாம். நாற்பது வருஷம் முன்னாலேயே!

இதுதான் சரியான மாதங்கி.

அடியோசை கேட்டது.

"ப்ளீஸ்" என்று ஒரு தட்டில் சிவப்பு வர்ணத்தில் பழச்சாறோ சர்பத்தோ கொண்டுவைத்தார் காரியதரிசி.

"சாப்பிடுங்கள். இது ரிஷிகேச ஆஷ்ரமத்திலிருந்து வந்த ஜூஸ். செம்பரத்தம்பூ, ரோஜாப்பூ இப்படி பூக்களாலேயே செய்த சர்பத்."

சாப்பிட்டுவிட்டு எழுந்தேன்.

நான் எழக் காத்திருந்தாற்போல படத்தை நிறுத்தி ஜன்னல்களைத் திறந்து விடைகொடுத்தார் காரியதரிசி.

என் விலாசத்தைக்கூட அவர் கேட்டுக்கொள்ளவில்லை. டில்லியில் அப்போது குளிர் காலம்தான். வெயில் உணர்க்கையாக இருந்தது தெருவில் கால் வைத்தபோது.

# மிஸ்டர் கோடு கோடு கோடு
(ஒரு இசைக்கலைஞர் சொன்ன கதை)

"நீர் எழுத்தாளர். கதை கிதை எல்லாம் எழுதுகிறீர். எனக்குப் பாடத்தான் தெரியும். எழுதத் தெரியாது. அதனால் நான் சொன்னதை அப்படியே நீர் எழுதும். நீர்தான் கண்டதையும் கேட்டதையும் எழுதுகிறவர் ஆச்சே.

முப்பது ஆண்டுகளுக்கு முன்னால் நான் இசைக் கல்லூரியில் பயின்று பட்டம் வாங்கினேன். நானும் என்னுடைய சகபாடிகளான இன்னும் பத்தொன்பது பேரும் சேர்ந்து பட்டத்தாளைப் பெற்றுக்கொண்டோம். அதற்காக வழக்கம்போல ஒரு பட்டமளிப்பு விழா நடத்தினார்கள். நாங்கள் இருபது பேரும் மகா பாக்கியசாலிகள், ஏனென்றால் பட்டத்தாள்களைத் தன் கையாலேயே நேரிடையாக வழங்கினவர் இந்தியாவின் தலையாய அரசியல் பொருளாதார – வியாபார – இலக்கிய – தொழில் பேரறிஞர். அவர் கையால் பட்டத்தாளைப் பெறக் கொடுத்துவைக்க வேண்டுமே! அவர் என் பட்டத்தாளை என் கையில் கொடுத்து, என் கையைக் குலுக்கி, கும்பிடவும் கும்பிட்டு ஒரு புன்னகையும் புரிந்தார். எத்தனை பெரிய வாய்ப்பு! இந்த விழாவுக்காகவே – பிரத்யேகமாக 1500 மைல் ஏரப்ளேனில் பிரயாணம் செய்து வருகை தந்திருந்தார் அவர் – இந்த விழாவுக்காக – பிரத்யேகமாக – எங்களுக்குப் பட்டத்தாள்களை நேராக, தம் கையால் கொடுக்கவே நாங்கள் எவ்வளவு இறும்பூது எய்தியிருப்போம் என்பதை நீரே, கற்பனை செய்து கொள்வீர். நீர்தான் எழுத்தாளர் ஆச்சே!

தி. ஜானகிராமன்

எங்களை அவ்வளவு இறும்பூது கொள்ளச் செய்த பெரும்தகை யார் என்றா கேட்கிறீர்? ஊரைச் சொன்னாலும் பேரைச் சொல்லக்கூடாது – பேரைச் சொன்னாலும் ஊரைச் சொல்லக்கூடாது. ஊரைப் பேரைச் சொன்னாலும் ஜாதிப் பேரைச் சொல்லக்கூடாது. அதனால் அவரை மிஸ்டர் கோடு கோடு கோடு என்று அழைக்கிறேன். மிஸ்டர்...

திரு கோடு கோடு கோடு என்று திரு போட்டால் அவர் தமிழர் என்று நீர் கண்டுபிடித்து வம்பு பண்ணுவீர். அதனால்தான் அவரை மிஷ்டர் கோடு கோடு கோடு என்று அழைக்கிறேன். மேலும் இப்போதெல்லாம் சென்னையில் நாயுடு ரோடை, – ரோட் அதாவது கோடு ரோடு என்றும் முதலியார் ரோடை – ரோட் அல்லது கோடு ரோடு என்றும், கிருஷ்ணமாச்சாரி ரோடை கிருஷ்ணமா தார்பூசு ரோடு என்றும், வெங்கட அய்யர் ரோடை வெங்கட தார்பூசு ரோடு என்றும், சின்னசாமி கவுண்டர் ரோடை சின்னசாமி தார்பூசு ரோடு என்றும் மாற்றியுள்ளதை நீர் அறிந்திருப்பீம். எனவே ராஜத்துரோகமான காரியத்தைச் செய்யக்கூடாது என்றே எங்களுக்குப் பட்டமளித்த பெருந்தகையை மிஸ்டர் கோடு கோடு கோடு என்று அழைக்கிறேன். முதல் கோடு ஊர்ப் பெயர். இரண்டாவது கோடு இயற்பெயர். மூன்றாம் கோடு சாதிப்பெயர்.

பட்டத்தாள்களை அளிப்பதற்கு முன்னால் அவர் இந்தியாவின் தொன்மையான இசைக்கலை பற்றியும் மிகத் மிகத் தொன்மையான தமிழிசை பற்றியும் ஒரு மணிநேரம் உரையாற்றினார். சிலப்பதிகாரம் என்ன, சாம வேதம் என்ன, திருக்குறள் என்ன, பரதமுனி என்ன, கூத்த நூல் என்ன – இவைகளிலிருந்தெல்லாம் மேற்கொள்கள் காட்டிப் பாரத நாட்டு இசையின் பெருமையையும் முக்கியமாகத் தமிழகத்து இசையின் பெருமையையும் எடுத்து விளக்கியபோது, ஆகா, ஆகா என்று சிலிர்த்துப் போனேன். அதே சமயம் நான் ரொம்ப சின்னவனாகியும் விட்டேன். எங்கள் வாத்தியார்களும் சின்னவர்களாகிவிட்டார்கள். இசையைக் கரைத்துக் குடித்திருக் கிறார் இந்தப் பெரியவர். அஞ்சு வருஷம் எங்களுக்குச் சொல்லிக் கொடுத்த வாத்தியார்கள் இதில் ஆயிரத்தில் ஒன்றைக்கூடச் சொல்லவில்லையே, ஏமாத்திவிட்டான்களே என்று வருந்தினேன். எங்களுக்குச் சங்கீதம் கற்பிக்கிறேன் பேர்வழி என்று மடாத் தப்பளை மாதிரி கத்தியே அஞ்சு வருஷம் கத்திக் கத்திப் பொழுதைப் போக்கிவிட்டான்களே, இந்தப் பெரியவர் ஒரு மணிநேரம் சொன்னதில் பத்தாயிரத்தில் ஒன்றுகூடச் சொல்ல வில்லையே என்று மனம் கசிந்தேன். பட்டமளிப்பு முடிந்ததும் என்னைப் பாடச் சொல்லி ஏற்பாடு செய்திருந்தார்கள். எனக்கு

உள்ளூர பயம். முன் வரிசையில் திரு கோடு கோடு கோடு உட்கார்ந்திருக்கிறார். இசைக்கடல். பார்த்தால் ஒன்றும் தெரியாத மாதிரி உட்கார்ந்திருக்கிறார், இசை அறிவோ ஆழங்காணாத அறிவு. கஜமுகனே கணநாயகனே என்று பிரணவ சொரூபியான பிள்ளையார் மீதே பாரத்தைப் போட்டுப் பாடத் தொடங்கினேன். திரு கோடு கோடு கோட்டைக் கூடியவரை பார்க்காமலே பாடிக்கொண்டிருந்தேன். நடு நடுவே அவரைப் பார்க்காமலும் இருக்க முடியவில்லை. அவர் அசையாமல் முகத்தில் எந்தக் குறியும் இல்லாமல் என்னையே பார்ப்பது தெரிந்தது. சில சமயம் பக்கத்தில் உள்ளவர்களைப் பார்ப்பார். யாராவது பலே என்று பாராட்டினால் அவரைத் திரும்பிப் பார்ப்பார். இன்னும் யாராவது ஆகா என்றால் அவரைத் திரும்பிப் பார்ப்பார். பிறகு என்னைப் பார்ப்பார். சாதாரண அல்ப சந்தோஷி இல்லை என்று தீர்மானித்துக்கொண்டு நன்றாக உழைத்துப் பாடினேன். விரலால் தாளம் போடுவதைக்கூட அவர் யார் கண்ணிலும் படாதது போலவும் என் கண்ணில்கூட படாதது போலவும் போடுவார். ஒன்றரை மணிநேரம் கழுவில் ஏற்றிவைத்தாற் போலிருந்தது. எப்படியோ தைரியமாகப் பாடி முடித்தேன்.

இசை அரங்கு முடிந்ததும் பிரின்சிபால் வந்தார். “நல்லாத் தேறிட்டே போ” என்று வாழ்த்தினார். திரு கோடு கோடு கோட்டின் முன்னாலேயே மற்றவர்களும், “பிரமாதம்” என்றும், “ரொம்ப சுத்தம், ரொம்ப சுத்தம்” என்றும், “ரொம்பப் பெரிசா வரப் போற” என்றும் வாழ்த்தினார்கள். மிஸ்டர் கோடு கோடு கோடு தன் கையை நீட்டி என் கையைக் குலுக்கினார். “ரொம்ப மகிழ்ச்சி. ரொம்ப ரொம்ப நல்லாப் பாடிட்டீங்க” என்றார். அப்பாடா! உயிர் வந்தது. நிஜமாகவே பிழைத்தேன். ஒரு சிங்கத்தின் வாயிலிருந்து புறப்பட்டுவிட்டேன். என்னைக் காப்பாற்றிய கணநாயகனுக்கு முன்னால் மனதுக்குள்ளேயே எண்சாண் கிடையாக விழுந்து விழுந்து கும்பிட்டேன். பத்திரிகை களில் இசையரங்குகளைப் பற்றி விமர்சனம் எழுதிப் பணம் சம்பாதிக்கும் கால் வேக்காடு அரை வேக்காடுகள் பற்றி எல்லாம் எனக்குத் தெரியும். அவங்களெல்லாம் முக்காலே மூணு முக்கால் வீசம் மூங்காட்டுத் தம்பட்டம் என்றும் புலித்தோல் போர்த்தின புனுகு பூனை என்றும் எனக்குத் தெரியும். நான் பயப்படுகிறதெல்லாம் இதையெல்லாம் கண்டுக்காமல், மந்திரி, தலைவர் மானேஜிங் டைரக்டர் என்றெல்லாம் பெரிய பெரிய பதவிகளில் இருந்துகொண்டு இரண்டாம் பேர் அறியாமல் சங்கீதத்தைக் கரைத்துக் குடிக்கும் மிஸ்டர் கோடு கோடு கோடு போன்றவர்களிடம்தான். நிஜமான சங்கீதம் அவங்களுக்குத்தான் தெரியும். அவங்களுக்கு இசைத் தொழில் இல்லையே யாருக்குப்

பயப்பட வேண்டும் அவர்கள்? அதனால்தான் மிஸ்டர் கோடு கோடு கோட்டின் வாயிலிருந்து "ரொம்ப நல்லாப் பாடிட்டீங்க" என்று வந்ததும் எனக்கு உயிரும் தைரியமும் வந்தது. "வாங்கடா இப்ப அரை வேக்காடு விமர்சனங்களா!" என்று துடை தட்ட வேண்டும் போல் கைகூட புருபுருத்தது.

அதற்கெல்லாம் வாய்ப்பு இல்லாது போய்விட்டது. மறுநாள் காலை என்னைப் பிரின்சிபால் கூப்பிட்டார்.

"மிஸ்டர் கோடு கோடு கோடு அவருடைய ஊரில் ஒரு பெரிய பள்ளிக்கூடம் நடத்துகிறார். அதில் இசையை ஒரு பாடமாக நுழைக்கப் போகிறார். உன்னைத்தான் அந்தப் பிரிவுக்கு முக்கிய ஆசிரியராகக் கூப்பிடுகிறார். ரொம்ப அதிர்ஷ்டம். இத்தனை சம்பளம் எடுத்த எடுப்பில் யாரும் குடுக்க மாட்டாங்க" என்று சம்பளத் தொகையைச் சொன்னதும் உடனே ஒப்புக்கொண்டுவிட்டேன். ட்யூஷனே வைத்துக்கொள்ள வேண்டாம். கலியாணம், கோயில் திருவிழா என்றெல்லாம் நாடறிந்த வித்வான்களைத் தான் பாடக் கூப்பிடுகிறார்கள். என்னைப் போன்ற புதுசுகளுக்கு ஒரு தட்டில் குண்டஞ்சி ஐந்து முழம் அங்க வஸ்திரமும் வண்டி சார்ஜூம்தான் கொடுப்பார்கள். ரேடியோக்காரன் வருஷத்துக்கு ரண்டு சான்ஸ் கொடுத்தால் பிரளயம். அதுக்கே ஆடிசனுக்கு வா. மனுப் போடு. பணம் கட்டு என்று எழுதுவான். கிடைச்சால்தான் போச்சு. எனவே மிஸ்டர் கோடு கோடு கோட்டின் பள்ளிக்கூடத்திலேயே இசைப் பேராசிரியராக வேலை ஒப்புக்கொண்டேன்.

நாலு மாசம் ஆயிற்று. ஏதோ தகராறில் பதவியை ராஜினாமா செய்துவிட்டு மிஸ்டர் கோடு கோடு கோடு ஊரோடு வந்து தம்முடைய தொழிற்சாலைகளையும் வியாபாரங்களையுமே கவனிக்கத் தொடங்கினார். வெளிநாடுகளுக்குப் பெரிய பதவியில் அனுப்புகிறது என்றதையெல்லாம் மறுத்துத் தம் தொழிற்சாலை களையும் கல்விச் சாலைகளையும் கவனிக்கத் தொடங்கினார்.

எங்கள் கல்லூரித் தலைவர் மிஸ்டர் சுப்ரமண்ய கோடு (ஜாதிப் பெயரைச் சொல்லாததற்கு மன்னிக்க வேணும்) என்னிடம் அடிக்கடி, "பெரியவர் உங்களைப் பார்க்கணுமாம் – அடிக்கடி சொல்லுகிறார்" என்று சொல்லிக்கொண்டேயிருந்தார். எனக்குப் பயமாகத்தானிருந்தது. எதற்காக என்னைப் பார்க்க வேணுமாம்.

அப்படி ஒரு கட்டம் இரண்டு தடவை வந்தது? பயம். நல்ல வேளையாக, குறிப்பிட்ட நாளுக்கு முதல் நாள் என் தகப்பனார் காலமானார். பிழைத்தேன். இரண்டாவது தடவை மிஸ்டர்

கோடு கோடு, கோடே ஒரு அவசர மீட்டிங் என்று சந்திப்பைக் கான்சல் செய்தார். மூன்றாம் தடவை தப்பித்துக்கொள்ள முடியவில்லை. என் உறவினர் யாரும் பரலோகம் போகவில்லை. மிஸ்டர் கோடு கோடு கோட்டிற்கும் அவசர மீட்டிங்கும் இல்லை. அன்று ஞாயிற்றுக்கிழமை. ஒரு மணிநேரம் இரண்டு மணி நேரம் என்று மாட்டிக்கொள்ளலாம். அவருடைய இரண்டு தொழிற்சாலைகளில் லாக் – அவுட்.

எதற்காகக் கூப்பிடுகிறார்? ஏதாவது 17 அட்சரம், 19 அட்சரம், 37 அட்சரம் என்று தெரியாத தாளத்தில் பல்லவி பாடச் சொல்லப் போகிறாரா? இல்லை. வடமொழி தெலுங்கு கீர்த்தனத்திற்குப் பொருள் கேட்கப் போகிறாரா? கணநாயகன் இப்போதும் காப்பாற்றுவான் என்று மீண்டும் அவர்மீது பாரத்தைப் போட்டு நடந்தேன்.

மிஸ்டர் கோடு கோடு கோட்டின் வீடு பெரிய அரண்மனை மாதிரி. வாசலில் இரண்டு கூர்க்கா. ரயில்வே லெவல் கிராஸிங் பாய்ண்ட்ஸ் மேனின் கூண்டு போன்ற ஒரு கூண்டில் ஒரு காவலாளி. காக்கி உடுப்பில் டெலிபோனுடன் உட்கார்ந்திருப்பார். அவர் ஃபோன் பண்ணி, அனுமதி பெற்று என்னை உள்ளே அனுமதித்தார்.

மிஸ்டர் கோடு கோடு கோடு தன்னறையில் வேட்டி சட்டை அணிந்து தனியாக உட்கார்ந்திருந்தார். போனவுடனே பிஸ்கட், மைசூர்பாகு, இட்டலி, சாம்பார் வடை, சுத்த நெய் எல்லாம் வந்தன. அவரும் என்னுடனே சாப்பிட்டார்.

“வேலை கடுமை. அதனாலெ உங்களைச் சந்திக்க முடிய வில்லை” என்று மன்னிப்புக் கேட்பதுபோல் கேட்டுக்கொண்டார்.

“எனக்குத் தெரியாதா? இப்படி உங்களோடு உட்கார்ந்து பேச முடியுமா! உங்களுக்கு எத்தனை ஜோலி!”

அறையில் வேறு யாருமில்லை.

“ஒன்றுமில்லை உங்களைக் கூப்பிட்டது ஒரு சின்ன விஷயத் திற்குதான். நீங்கள் எனக்குச் சொல்லிக்கொடுக்க வேண்டும்.”

“பேஷா.”

“ரொம்ப நாளாகக் கத்துக்கணும்னு ஆசை, வேலைப் பளுக்கள், வெளிநாட்டுக்குப் போறது இந்த மில்லுங்களைக் கவனிக்கிறது...”

“எனக்குத் தெரியாதா? நீங்க சொல்லணுமா? என்னமோ சொல்லிக் கொடுக்கணும்னு சொன்னீர்களே எதுவானாலும்,

எனக்குத் தெரிஞ்சவரையில் நான் சொல்லத் தயார் எதிலெ சொல்லணும். எனக்கு இந்த சங்கீதம் ஒன்றுதானே தெரியும்!"

"அதுலெதான். சங்கீதத்துலெதான்."

"என்ன சொல்லணும்? நான் என்ன சொல்லணும்! நீங்களே சமுத்ரமாச்சே."

"சமுத்ரம்தான் சமுத்திரத்திலே கப்பலோட்டலாம். மீன் பிடிக்கலாம். இன்னும் எவ்வளவோ செய்யலாம். ஆனா ஒரு அவுன்ஸ்கூடக் குடிக்க முடியாதே."

"எனக்குப் புரியலயே நீங்க சொல்றது."

"ஒண்ணுமில்லெ. நீங்க இதைச் சொல்லிக் கொடுத்தாப் போதும்."

"எதை?"

"இப்ப உங்க மாதிரி ஒரு பெரிய வித்வான் பாடுகிறார், கேட்கறவங்க பலபேர் ஆகா ஆகாங்கறாங்க. பலேபலேங்கறாங்க. நல்லதுடாப்பா நல்லதுடாப்பாங்கறாங்க அப்படியே கண்ணை மூடிக்கிறாங்க. இதெல்லாம் எப்படிச் செய்யறாங்க? இதெல்லாம் எப்ப எப்பச் செய்யணும்? எப்ப கண்ணை மூடிக்கறது? எப்ப ஆகான்னு சொல்லணும்? சும்மா கேட்டுக்கிட்டே இருக்கறாங்க. திடீர்னு ஆகாங்கறாங்க. ஐயோன்னு கசியறாங்க. நம்ப மானேஜரு கேக்கறதைச் சில கச்சேரிங்கள்ள பார்த்திருக்கேன், திடீர்னு ஆகாங்கறார். ஒரே ஒரு சமயம் கண்ணைத் துடைச்சிக்கிறார். இதெல்லாம் எப்படி? எப்பச் செய்யறது? எதுக்காக இப்படி செய்யத் தோணுகிறது. இது தெரிஞ்சாப் போதும், இதுக்குத்தான் உங்களைக் கூப்பிட்டனுப்பிச்சேன்."

இதுதான் நடந்தது, நான் இப்போது ஒரு நிஜ சிங்கத்தின் வாயிலேயே நுழைந்துவிட்டதாகத் தோன்றிற்று.

மிஸ்டர் கோடு கோடு கோடு இப்போது இல்லை சில வருடங்கள் முன்பு காலமாகிவிட்டார். அந்தச் சந்திப்பை நினைத்தால் இப்போது என் உடல் நடுங்குகிறது. ஏனாம், நீர் எழுத்தாளராச்சே சொல்லும்.

*தினமணி கதிர்*, 3.9.82

## பத்து செட்டி

பத்து செட்டி வாசலோடு போகிறார். ரொம்ப கஷ்டம். பழுத்துப் போன வேட்டி. தோளில் அழுக்குத் துண்டு. வெறுங்கால். தலையில் கட்டுக் குடுமி. முன் தலையில் அந்தக் காலத்துச் செட்டியார் மோஸ்தரில் 'ப' போல சவரம் செய்த தலை. 'ப'வைச் சுற்றி கருகருவென்று கொஞ்சம் அலைபாய்கிற தலைமயிர், இப்போதெல்லாம் நாமம்கூட இல்லை. காலை, பகல், மாலை – எந்த வேளையிலும் நாமம் இல்லை; குளிக்கக்கூட அவருக்கு மனசு வரவில்லை – இல்லை, குளிப்பதையே அடியோடு மறந்துவிட்டாரா? ஏற்கனவே அவர் மாநிறத்துக்கும் குறைந்த தவிட்டு அல்லது சாலைமண் நிறம். இப்போது குளிக்க மறந்ததாலோ என்னவோ தோலுக்கு அசல் மண் நிறமே வந்துவிட்டது. வாசலோடு குறுக்கும் நெடுக்கு மாகப் பொழுது விடிந்து சாய்கிற வரையில் நூறு தடவை நடக்கிறார். எதற்கு இப்படிக் குட்டி போட்ட பூனையாக அலைகிறார்?

திண்ணையில் படிக்கிற நான் நிமிர்ந்து பார்ப்பேன். மெதுவாகச் சிரிப்பார்.

"இப்ப எந்த க்ளாசு?"

"ஆறாவது."

"நல்லாப் படி" என்று உபதேசம் செய்துவிட்டு நடப்பார்.

அடுத்த வாரமும் அதே கேள்வி.

"இப்ப எந்த க்ளாசு?"

தி. ஜானகிராமன்

"ஆறாவது!"

"நல்லாப் படிக்கணும்."

வாராவாரம் இதே கேள்வி. இதே பதில். இதே உபதேசம்.

"பாவம்." என் அம்மா நிலைப்படியில் நின்றுகொண்டு.

அம்மாவைத் திரும்பிப் பார்த்தேன்.

"ஏம்மா?"

"இப்படியும் வரணுமாடா இவனுக்கு! இவன் அப்பா பாலுசெட்டி எப்படியிருந்தார்! அவர் செத்துப் போனப்பறம் ரொம்பக் கடனும் ஒடனுமா வந்து எல்லாம் போய்ட்டுதடா. இவனுக்கே மூணு குழந்தை ஆயிடுத்து. இவன் அக்கா மூணு பேரும் குறைப்பட்டுப் போய்ட்டாடா. எவ்வளவு ஜெரப்பா கலியாணம் பண்ணினார் தெரியுமோ அவளுக்குப் பாலு செட்டியார்! பாண்டு என்ன, கச்சேரி என்ன, நாலு குதிரை சாரட்டிலெ ஊருகோலம். என்ன சாபமோ – மூணு மாப்பிளையும் ஒத்தன் பின்னாலே ஒத்தனா எப்படித்தான் செத்துப் போனானோ ... ஒத்தனுக்கு அம்மை போட்டிடுத்து. ஒத்தனுக்கு டி.பி. இன்னொருத்தன் குளத்துலெ குளிக்கிறபோது படியிலே பாசி வழுக்கி முழுகிப் போயிட்டுது, இப்ப மூணு பேரும் வீட்டோட இருக்கு. பத்துவுக்குக் கலியாணம் வேற பண்ணி மூணு குழந்தை. எப்படித்தான் சாப்பிடறாளோ எல்லாரும்!"

கடை இந்த வருஷம்தான் இல்லை. மளிகைக்கடை. வீட்டுக்கு வருகிற விருந்தினர்கள் எனக்குக் காலணா அரையணா என்று விடைபெறும்போது கொடுப்பார்கள். அந்தக் காலத்து வழக்கம். உடனே ஒரு ஓட்டம் பத்து செட்டி கடைக்கு.

"வாலைய்யரா – வா. த்ராட்சப் பழமா!"

கடையாட்களில் ஒருவன் உலர்ந்த த்ராட்சைப் பழத்தை எடுத்து வருவான்.

"ஏமிராதி! முஸலிகொடுகா! ஆ பண்டு இந்துராரா – மஞ்சி பண்டுசா ஐவாருக்கு" என்று பத்து செட்டி ஒரு சத்தம் போடுவார்.

அவன் உள்ளே போய் வேறு த்ராட்சைப் பழத்தைச் சின்னப் பொட்டணமாகக் கட்டித் தருவான். வழியில் பிரித்துப்பார்த்தால் கறுப்பாகப் பிசுக்கும் ஈர்க்குமாக ஒட்டி கட்டித் தட்டின பழங்கள். பொலபொலவென்று அம்பர் நிறமாக இருந்த அந்தப் பழத்தைவிட இது மஞ்சி பழமா? 'மஞ்சி'க்கு எனக்கு அர்த்தம் தெரியும்.

தெருக் குழாயில் அலம்பி எல்லாப் பழங்களையும் தின்றுவிட்டு வீட்டு வாசற்படி ஏறுகிற வழக்கம். பத்து 'ப' சவரத்துக்குக் கீழ் பளிச்சென்று வெள்ளை நாமமும், திருச்சூர்ணமும், பட்டுச் சட்டையும் சலவை வேட்டியுமாக உத்தரவு போடுவார். என்னை ஏன் 'வாலய்யர்' என்று அழைக்கிறார் என்று புரியாது. ஒரே ஒரு தடவை பெரிய சாக்கடை ஓரமாக நின்று எட்டிப் பார்த்தபோது உள்ளே விழுந்துவிட்டேன். அப்போது ஏழு வயது. முழங்கால் மட்டும் சாக்கடை நீர் ஓட்டம். பத்து செட்டியார் வீதியோடு போய்க்கொண்டிருந்தவர் நான் விழுவதையும் தலைகூடத் தெரியாத பள்ளத்தில் நின்று கிலி கொண்டு அழுவதையும் பார்த்து, என்னைத் தூக்கி வீட்டில் கொண்டுவிட்டு "விஷமக் கொடுக்கு, இனிமெ சாக்கடைப் பக்கம் போனெ" என்று சிரித்து அதட்டிவிட்டுப் போனார்.

அதிலிருந்து நான் வாலய்யராகிவிட்டேன்.

இப்போது அந்தக் கடை இல்லை. பத்து போண்டி ஆகி விட்டாராம். அழுக்கு வேட்டி, வெறுங்கால்.

நான் பள்ளிக்கூடம் முடிக்கிற வரையில் "இப்ப எந்த க்ளாசு?" என்று மாதத்திற்கு ஒரு தடவை கேட்பார். என்னவோ, மாசத்திற்கு ஒரு வகுப்பாக நம் பள்ளிக்கூடங்கள் மாணவர்களை உயர்த்துவது போல. ஒரே ஒரு வித்தியாசம் வாரத்துக்கு ஒரு தடவை போய் மாசத்துக்கு ஒரு முறை இரண்டு மாசத்திற்கு ஒருமுறையாகத் தேய்ந்துவிட்டது, நான் கடைசி வருஷம் படிக்கிறபோது, ஆளே வாசலில் தென்படவில்லை. அதே தெரு. ஒரு இருபது வீடு தள்ளி அவர் வீடு. இப்போதெல்லாம் வீட்டு வாசல் திண்ணை யில் ஒரு குமாஸ்தா மேஜை முன் அமர்ந்து ஏதோ எழுதிக் கொண்டிருக்கிறார்.

இண்டர்மீடியட், பி.ஏ. எல்லாம் படிக்கும்போது ஊருக்கு விடுமுறையில் வரும்போதுகூட ஆளை அதிகமாகப் பார்க்க முடிவதில்லை.

பி.ஏ. கடைசி வருஷம் என நினைக்கிறேன். வாசலில் வழக்கம் போல எழுதிக்கொண்டிருக்கிறார் பத்து.

அவர் அக்கா ஒருநாள் வந்தாள். என் அம்மாவிடம் வந்து முறையிட்டாள்.

"ஐகாருகிட்ட சொல்லுங்கம்மா கொஞ்சம் விபூதி மந்திரிச்சுக் கொடுக்கச் சொல்லுங்களேன். ரொம்ப மோசமாய்ப் போச்சு இப்போ. இப்ப சரியா சாப்பிடறதுகூட இல்லம்மா."

என்னவாம்?

ஏழெட்டு வருடங்களாக, பத்து திண்ணையில உட்கார்ந்து கணக்கெழுதிக் கொண்டிருக்கிறாராம். தினப்படி வரவு செலவு. பயறு கொள்முதல் ஆறாயிரம் ரூபாய் புளி முன்னூறு தூக்கு, எழுநூறு ரூபாய் முப்பது வண்டி அரிசி ஒம்பதாயிரத்து ஐந்நூறு ரூபாய், சூடம் நூறு ரூபாய், மிளகாய் வற்றல் முன்னூற்றைம்பது ரூபாய். ராமன் கோயில் கும்பாபிஷேகத்துக்குக் கொடுத்தது மூவாயிரம் ரூபாய். சோசப் ஹைஸ்கூல் பிள்ளைகளுக்கு உபகாரச் சம்பளம் ஆயிரத்து ஐந்நூறு. கும்பகோணம் தொழுநோய் ஆஸ்பத்திரிக்குக் கொடுத்தது பன்னீராயிரம்...

இப்படியாகத் தினமும் கணக்கு எழுதுகிறாராம்.

எல்லாம் ஆயிரக் கணக்கில்தான். இப்போதெல்லாம் வரவு செலவு லட்சக் கணக்கில் ஏறிவிட்டது. சுதந்திர தின விழாவுக்கு நன்கொடை 2 லட்சம். கிருஷ்ணன் கோயில் பிரகாரம் புதுப்பிக்க மூன்று லட்சம். செலவுகள் இப்படி. வரவுகளோ பத்து லட்சக் கணக்கில் எல்லாம் மொத்த வியாபாரம். மிளகு, மிளகாய், மஞ்சள், நெல், சைக்கிள் பட்டுப்புடவை, பம்ப் செட்டு ரேடியோக்கள் என்று பல ஸ்தாபனங்களுக்குப் பத்து செட்டி முதலாளியாம் கணக்குப் புத்தகத்தில்.

“நாள் முச்சூட்டும் இதே வேலைதான். சாப்பிடக் கூப்பிட்டாக்கூட, இருக்கா இன்னும் பதினைஞ்சு நிமிஷம்தான் இத முடிச்சிட்டு வர்றேன். இதாங்க பதில். ரொம்பக் கலங்கிப் போச்சுங்க. மெட்ராஸ்ல ஆஸ்பத்திரியிலே கொண்டு சேர்க்கலாம்... மெட்ராஸ் போகப் பணம்?” அக்காவின் கண்களில் நீர் முட்டி, முட்டி வருகின்றது. தலைப்பால் துடைத்து, ‘வெங்கடேசா – சீனுவாசா’ என்று புலம்புகிறாள். “குணசீலமாவது கொண்டு போலாங்களா அது திருஷ்னாப் பள்ளிக்கிட்டங்கறாங்க, ரொம்ப தூரமில்லெ?”

அந்த அக்காள் ஒரு நோட்டைக்கூட எடுத்துக் காண்பித்தாள். புரட்டிப் புரட்டி பார்த்தோம். இருநூறு பக்கம் நோட்டு. அத்தனை பக்கத்திலும் கணக்கு மளிகை மண்டி. சைக்கிள் ஏஜென்சி, சிமெண்ட் ஏஜென்சி இப்படி இரண்டு டஜன் வியாபாரங்கள்! இப்படியா ஒரு பித்துக்கு ஆசை பொங்கும்! சிரித்துக்கொண்டே ஒவ்வொரு ஸ்தாபனக் கணக்காக எண்ணிப் பார்த்ததில், இருபத்தைந்து கோடிக்கு மேல் வரவு செலவுகள்.

அப்பா சிரித்தார். விபூதி மந்திரித்துக் கொடுத்தார். முடிந்தால் குணசீலம் போகச் சொன்னார். ஐம்பது ரூபாய் கடனும் கொடுத்தார்.

○ ○ ○

இது நடந்து முப்பது வருஷமாகிவிட்டது.

ஒரு நாள் ஐநூறு ரூபாய்க்கு ஒரு செக்கும் கடிதமும்.

"பத்துசெட்டி என்ற பத்மநாப செட்டியார்" என்று கையெழுத்திட்ட கடிதம்.

பத்மநாப செட்டியார் ஹைஸ்கூலாம். அதில் ஆண்டு விழாவாம். "நீங்கள் அவசியம் வந்து கலந்துகொள்ள வேண்டும். பயணச் செலவுக்கு நீங்கள் தொல்லைபடக் கூடாது என்று ஒரு சிறிய தொகைக்கு செக் இணைக்கப்பட்டிருக்கிறது. உங்களிடம் அவசியம் பேசவேண்டிய சங்கதிகளும் உள்ளன."

என்ன இது!

அப்பாவும் அம்மாவும் இந்த உலகத்தை விட்டுப்போய் இருபது வருஷங்களாகிவிட்டன. ஊரில் யாரும் உறவினர் இல்லை. என் விலாசம் எப்படி இவருக்குத் தெரிந்ததாம்?

ரயில் ஏறிப்போனேன்.

பத்துவின் வீட்டுக்குப் போனேன். அதே வீடுதான் அடையாளம் கண்டுபிடிக்க ஒரு நிமிஷம் ஆயிற்று. பழைய வீடு இல்லை. வலது, இடது வீடுகளையும் வாங்கிப் பெரிய இரண்டு மாடி பங்களாவாகக் கட்டிவிட்டாராம். பத்து, பத்துவின் கணக்குப் பிள்ளை, மாடிக்கு அழைத்துப் போனார்.

பழைய பத்து தான். அதே 'ப' சவரம். தலையில் கொஞ்சம் நரை. நாமம். ஸ்ரீசூர்ணம். சில்க் ஜிப்பா, ஒரு "சேட்டு" மெத்தையில் இரட்டை நாடியாக உட்கார்ந்திருந்தார் பத்து. வயசு எழுபது இருக்கும் மனதுக்குள் கணக்குப் போட்டதில். ஆனால் தோற்றம் ஐம்பது ஐம்பத்தைந்து. என்ன வேடிக்கை!

"வாங்கோ – வாங்கோ!" என்று பெரிய குரலில் வரவேற்றார். பல் தேய்க்கச் சொன்னார். காப்பி வந்தது. வேலை குடும்பம் பற்றி எல்லாம் விசாரித்தார். முப்பது நிமிஷம் போயிற்று இப்படி. 'நீ போகலாம்' என்று கணக்குப் பிள்ளைக்கு உத்தரவிட்டார். அவர் படியிறங்கினார்.

பேசினார்.

"லெட்டரும் செக்கும் பாத்து பைத்யம்னு நெனச்சிருப்பேள்" என்று சிரித்தார்.

என்ன இது? சந்தேகமாகத்தான் இருந்தது. சிலபேர் சில விஷயங்களில் மட்டும் ஒரு தினுசாக இருப்பதுண்டு. எங்கள் உறவினர்களில் ஒருவர் இப்படி இருந்தார். பெரிய வைத்தியர்

நல்ல பெயர். நல்ல கைராசி—இத்யாதி. ஆனால் திடீர் திடீர் என்று அவருக்கு மைசூர் மகாராஜா தனக்குப் பெண் கொடுப்பதாக வாக்களித்திருப்பதாக ஒரு நினைவு வரும். கலியாணம் ஒத்திப் போடப்பட்டிருப்பதாகவும் சில வித்வான்களின் சௌகரியத்தை உத்தேசித்தும், சில பந்தல்காரர்கள் 'ப்ரீ'யாக இருக்கிற தேதிகளை உத்தேசித்தும்... இப்படிப் பேசிக்கொண்டே போவார். இப்படி அவரிடம் கல்யாணப் பேச்சைக் கிளப்பி ஓசி வைத்தியம் செய்துகொண்டவர்கள் நூற்றுக்கணக்கு.

பத்து சொன்னார்.

"உங்களை ஏன் குறிப்பா வரச் சொல்லி லெட்டர் போட்டேன் தெரியுமோ? எனக்குப் பைத்தியப் பட்டம் கட்டி எங்க அக்கா குணசீலத்துக்கு என்னை அழைச்சிட்டுப் போறேன்னு புறப்பட்டா, உங்கப்பா விபூதி மந்திரிச்சு அம்பது ரூபா செலவுக்கும் குடுத்தார். ரயில்லெ திருஷ்னாப்பள்ளிக்குப் போனோம். பஸ் ஸ்டாண்டுலெ ஒரு நோட்டீசு பெரிசா போட்டிருந்தது. ':வாருங்கள் சாம்ராஜ்யத்தை அடையுங்கள். நோயில்லாத சாம்ராஜ்யத்தை அடையுங்கள். வறுமையில்லாத சாம்ராஜ்யத்தை அடையுங்கள். பணம் வீடு வசதிகள் எல்லாம் வற்றாமல் நிரம்பும் சாம்ராஜ்யத்தை அடையுங்கள். பூஜ்ய கில்பர்டு வழி காட்டுவார்'னு போட்டிருந்தது. அதென்னடா வழின்னு குணசீலத்துக்கு நாளைக்குப் போகலாம்னு அக்காட்ட புடிவாதம் புடிச்சு அந்தத் திடலுக்குப் போனேன். ஒரு வெள்ளைக்காரன் இங்கிலீஷ்ல கையை மேலே காமிச்சு, காமிச்சு ஏதோ கூட்டத்துக்குப் பேசிக்கொண்டிருந்தான், கூட்டம் முடிஞ்சப்புறம் இஷ்டப்பட்டவங்க நேரா வந்து அவரைச் சந்திக்கலாம்னு தர்ஜமா பண்றவன் சொன்னான். கூட்டம் முடிஞ்சப்புறம் அவர் கிட்டப் போனோம். ஒரு கூடாரம் அடிச்சுத் தங்கியிருந்தான் அந்த வெள்ளைக்காரன். ஒருத்தர் ஒருத்தரா உள்ளே விட்டுக்கிட்டிருந்தாங்க. எங்க சான்ஸ் வந்தது போனோம்.

"உம் பேரென்ன?"—கேட்டார் அந்த வெள்ளைக்காரர்.

"பத்து செட்டி."

"அப்படின்னா!"

"பத்துன்னா டென்"னுனு தர்ஜமா பண்றவன் இங்கிலீஷ்ல சொன்னான்.

"ஓ!" என்று ஆச்சரியமா பார்த்தான். "பத்து பத்தா. டென்டென்! உம் பேரிலியே ரகசியம் இருக்கே. அதிலியே கர்த்தர்

ரகசியம் வச்சிருக்காரே"ன்னு ரொம்ப ஆச்சரியப்பட்டாராம் வெள்ளைக்காரர்.

என்னன்னு முழிச்சேன்.

"உங்கிட்டே பத்து அணா, பத்திலே ஒண்ணு சாமிக்கு அல்லது ஏழை, அல்லது நோயாளிங்களுக்குக் கொடுக்கணும். பத்து ரூவான்னா, ஒரு ரூவா, பத்து சட்டைன்னா ஒரு சட்டை. பத்து வீடுன்னா ஒரு வீடு. பத்து மாங்கான்னா ஒரு மாங்கா. பத்து ஆப்பிள்னா ஒரு ஆப்பிள். பத்திலே ஒண்ணு கொடு. ஆயிரம்ஆயிரமாய்த் திரும்பி வரும். எடு சீக்கிரம். கர்த்தர் கையை ஏந்திக்கிட்டுருக்காரு. சீக்காளிங்களுக்குக் கொடுங்க. எடு சீக்கிரம்னாரு. கையை நீட்டினாரு. எடுன்னு அக்காவை நிமிண்டினேன். யோசிச்சிக்கிட்டே நின்னா. நானே அவ தலைப்பு முடிச்சை அவிழ்த்துப் பார்த்தேன். நாப்பத்திரெண்டு ரூவா இருந்திச்சு கணக்குப் போட்டேன். நாலு ரூவாவையும் மூணரையணாவையும் எடுத்துக் கொடுத்தேன். நான் கணக்கா கொடுக்கறதைப் பார்த்து அந்த வெள்ளைக்காரன் சிரிச்சிக் கிட்டான் மெதுவா. வாங்கிக்கிட்டான். ஏந்து நின்னு ஆகாசத்தைப் பார்த்தான். கை ரெண்டையும் உயர்த்திக்கிட்டான். என்னமோ சொன்னான். என் தலையிலே கைவச்சுத் தடவினான். போன்னான், உனக்கு நாற்பத்து மூனரை லட்சம் வரும்கிறாரு போங்கிறான் தர்ஜமா பண்றவன். "இன்னமே எது வந்தாலும் பத்துலெ ஒண்ணு ஏழைப்பட்டவங்களுக்கு, இல்லாதவங்களுக்குக் கொடுத்திடணும், கொடுக்கிறீர்களா"ன்னான்.

"ம் ரெடியா"ன்னேன்.

"சரி போங்க"ன்னான்.

குணசீலம் போனோம். சாமி கும்பிட்டோம். திரும்பி வந்தோம் வந்த வழியிலெ திருஷ்ணாப் பள்ளியிலெ மறுபடியும் எறங்கினோம். சிந்தரா கோவாலு செட்டின்னு எங்கப்பாருக்குத் தூரத்துப் பந்துவாம். அங்க ஒரு நாள் தங்கி ஊர் சுத்திப் பார்த்துட்டுப் போவலாம்டான்னா, எனக்குத் தெரியும் ரொம்பப் பணக்காரனாச்சே, லட்சியம் பண்ண மாட்டான்னு சொன்னேன். லட்சியம் பண்ணாட்டி இருக்கவே இருக்கு ரயில்வே ஸ்டேஷன்னு சொன்னா அக்கா. போனோம். சாப்பாடு போட்டாங்க! நிலைமையெல்லாம் கேட்டாரு. அவரும் "என்னை அவிசக் கோமுட்டின்னு நினைச்சீங்களா? எங்கிட்ட ஒரு வார்த்தை சொல்லக் கூடாது"ன்னு வருத்தப்பட்டாரு. ஒரு ஐயாயிரத்தைக் கொடுத்துக்கூட ஒரு ஆளை அனுப்பிச்சாரு. கடையே மறுபடியும் இன்னொரு இடத்தில வச்சோம். அந்த ஆளு ஊருக்குப் போன

உடனே பத்திலே ஒண்ணு ஞாபகம் வந்தது. ஒரு ஐந்நூறை எடுத்துப் பள்ளிக்கூடத்துக்குக் கொடுத்தேன். அவ்வளவுதான் கடையிலே திமுதிமுன்னு கூட்டம் வாடிக்கையை சமாளிக்க முடியல. அன்னன்னிக்கு வர்ற லாபத்தில பத்தில ஒண்ணு. மறுநாள் காலம்பற எங்கியாவது போயிறும். இப்ப சிமெண்டு, உரம், பாலியஸ்டர் எல்லாத்துக்கும் ஏஜெண்டு. அவன் சொன்னான் பொறு. இன்னிய தேதிக்குச் சொத்து வியாபாரமெல்லாம் அவன் சொன்னாப்பலவே நாப்பத்து மூனரை லட்சம் மதிப்பு. நான் பைத்தியம் மாதிரிக் கணக்கு எழுதிக்கிட்டு இருந்தேன். திண்ணையிலெ உட்கார்ந்துப்பா அக்கா. நான் நெசம்மாவே அப்பல்லாம் பெரிய பணக்காரன் முதலாளின்னு நெனப்போடவே நோட்டு நோட்டா எழுதி ஒரு தடவை பார்த்துட்டு சாமி கும்பிடுவேன். அப்புறம் தான் சாப்பிடுவேன். அதுதான் என்னை அந்த வெள்ளைக்காரன்கிட்டே தள்ளிக்கிட்டுப் போச்சு. நல்லாச் சொன்னான் அவன் பேர்லியே ரகசியம் இருக்குன்னு. அதுலேர்ந்து பத்து செட்டின்னே கையெழுத்துப் போடறது, உனக்கு அடையாளம் புரியணும்னு தான் பத்து செட்டிங்கிற பத்மநாப செட்டின்னு கையெழுத்துப் போட்டேன். உங்கப்பா ஐம்பது ரூவா கொடுத்ததைத் திருப்பிக் கொடுத்தேன். வேண்டான்னுட்டாரு அதுதான் இப்ப பத்து மடங்கா உனக்கு அனுப்பிச்சேன். உங்கப்பா பணம் கொடுக்காட்டி நான் எங்க திருஷ்ணாப்பள்ளிக்குப் போயிருக்கப் போறேன். இப்பவும் நான் நாலு லட்சத்து முப்பத்தைஞ்சாயிரம் இந்த நிமிஷம் தர்மமாத் தூக்கிக் கொடுக்கிறேன்னு வச்சுக்க. நாலு கோடி முப்பத்தைஞ்சு லச்சமாச் சொத்துப் பெருகும். யார் மானேஜ் பண்றது? அதெல்ல கவனிக்கனும்?"

"ட்ரிங்."

மணிப்புத்தான் அமுக்கினார் பத்து.

ஆள் வந்தான்.

"ரண்டு காபி."

"இப்பவும் என்னப் பாத்தா பைத்தியமாத் தோண்றதோ!" பத்து கேட்கிறார்.

"பெரிய பைத்தியம்" என்று சிரித்தேன்.

"நீ சொல்லுவேன்னு தெரியும். இப்பப் பசங்கள்ளாம் என்ன கிளாஸ் படிக்கிறா?"

## உதட்டுக்காரப் பையன்

மாதர் சங்கத்துப் பெரிய ஹாலில் பெண்டு கள் குழுக் குழுவாகச் சேர்ந்து உட்கார்ந்து பல பல தலை போகிற பிரச்னைகளைப் பற்றிப் பேசிக் கொண்டிருந்தார்கள். பாகற்காய் பர்ஃபி செய்யும் குறிப்பிற்காகத் தான் எவர்சில்வர் கூஜா பரிசு வாங்கியதை ரமாமணி ஒரு குழுவிடம் சொல்லிக்கொண்டிருந்தார். தென்மேற்கு மூலையில் காமாட்சி ராமசேஷன் பெரியவாளைப் பார்க்கப் போகிற நாளன்று மட்டும் வைரத் தோட்டையும் பட்டுப் புடவையையும் நீக்கி, சிவப்புத் தோடும் நூல் புடவையையும் தான் அணிந்து போவது பற்றிச் சொல்லிக்கொண்டிருந்தார். வடகிழக்கு மூலையில் வள்ளி ராமலிங்கம் தன் வீட்டுக் காம்பவுண்டுச் சுவரையொட்டி குடிசை போட்டவர்களைப் போலீஸ் வந்து மிரட்டி குடிசையைப் பிய்த்து எறிந்ததை விவரித்துக்கொண்டிருந்தார். தென்கிழக்கு மூலை யில் காரம் ஆடினார்கள். வடமேற்கு மூலையில் "ஒன்னோட 'டை' சாம்பல் பூத்துப் பளசாப்பூட்டுது. உங்கம்மாட்டச் சொல்லி புது 'டை' கட்டிட்டு வா நாளைக்கி" என்று எல்.கே.ஜி. டீச்சர் தன் குழந்தையைப் பார்த்துச் சொன்னதையும் அதற்காக ஏழு மணிக்கு மேல் சில்ட்ரன்ஸ்பாலஸ் கடைக்குத் தான் போகப்போவதையும் அங்கு அந்த எல்.கே.ஜி. வகுப்பு வர்ணமான 'டை' கிடைக்கிறதோ என்னவோ என்பதையும் சொல்லிக் கவலைப்பட்டுக் கொண் டிருந்தார் பாலா தண்டபாணி. வடக்குச் சுவரோர

தி. ஜானகிராமன்

மத்தியில், ஒரு படத்தில் சிலுக்கு என்பவர் ஒரு நல்ல ஆம்பளை வாத்தியாரை எப்படி ஒரு தோட்டத்தில் மயக்க முயன்றார் என்பதை இன்னொரு உறுப்பினியின் கன்னத்தைக் கையால் வழித்து நடித்துக் காட்டினார் செல்வி. 'அப்படியில்லே செல்வீ – இப்படின்னா' என்று அலமேலு ஆராவமுதன் திருத்தி நடித்துக் காட்டினார்.

ஹெஹ்ஹெஹ்ஹெஹ்ஹெஹ்
ஹெஹ்ஹெஹ்ஹெஹ்ஹெஹ்
ஹிஹ் ஹிஹ் ஹிஹி ஹிம்
ஈஹ் ஹ் ஹி ஹி ஹி

சிரிப்புச் சத்தம். ஏழெட்டுக் குழந்தைகள் குலுங்கிக் குலுங்கிச் சிரித்தன. ஒரு நிமிஷம் கழித்து ஓய்ந்தது சிரிப்பு. மீண்டும் சிரிப்பு. ஹாலில் இருந்த அத்தனை பேருக்கும் ரமேஷ், உமேஷ், லில்லி, பட்டு, அழகம்மை, தமிழரசி, ரீட்டா என்று தத்தம் குழந்தைகளின் சிரிக்கும் முகங்களெல்லாம் கண்முன் வந்தன.

ஒரு புது சிரிப்பு இது. கிச்சுகிச்சு மூட்டி, விழுந்து புரளும் குழந்தைகளின் சிரிப்பு.

எல்லோரும் வெளியே ஓடி வந்தார்கள். சங்கத்தின் காம்பவுண்டுக்குள்ளே ஒரு வேப்ப மரத்தடியில் ஒரு பதினேழு வயசுப் பையன் கடை விரித்திருந்தான். வரிசை வரிசையாக அட்டைப் பெட்டிகள். ஒவ்வொரு பெட்டியிலும் மனுஷ வர்ணத்தில் ஊதாத ரப்பர் அல்லது பிளாஸ்டிக் பலூன் சுருக்கங்கள். பையனுக்குப் பக்கத்தில் மரத்தின் மீது சாய்ந்த பலகை. பலகையில் விலைப்பட்டியல்.

அட்டைப் பெட்டிகளுக்கு முன்னால் ஒரு சின்ன வெல்வெட் டப்பாதான் சிரித்துக்கொண்டிருந்தது.

ஈஹ் ஹிஹ்ஹி
ஹெஹ் ஹெஹ் ஹெ ... ம் ... ம் ... ஊ

சிரிப்பு ஓய்ந்ததும். பையன் வெல்வட் டப்பா மூலையில் விரலால், தொட்டான். மீண்டும் சிரிப்பு. ஒரு நிமிஷம் ஓய்ந்ததும் மீண்டும் விரலால் தொட்டான் பையன். மீண்டும் சிரிப்பு. ஓய்ந்ததும் உரையாடல் ஆரம்பமாயிற்று.

"என்ன விலை?"

"போர்டைப் பாருங்க."

எல்லோரும் பலகையைப் பார்த்தார்கள்.

| | | | |
|---|---|---|---|
| 1. | ரயிலடி ரிசர்வேஷன் | 50 பைசா | |
| 2. | தேசிய பாங்கு | 80 பைசா | |
| 3. | கூட்டுறவுக் கடைகள் | 70 | ” |
| 4. | தபாலாபீஸ் | 90 | ” |
| 5. | வீட்டுவசதி வாரியம் | 89 | ” |
| 6. | சப்ரிஜிஸ்தார் ஆபீஸ் | 60 | ” |
| 7. | செக்ரடேரியட் | 40 | ” |
| 8. | ஆஸ்பத்திரி நர்ஸ் | 30 | ” |
| 9. | ஆஸ்பத்திரி டாக்டர் | 40 | ” |
| 10. | ரயில்வே டிக்கெட் பரிசோதகர் | 50 | ” |
| 11. | கார்ப்பொரேஷன் | 60 | ” |
| 12. | மின்சாரபோர்ட் | 70 | ” |
| 13. | எல்.ஐ.சி. | 90 | ” |
| 14. | வருமானவரி ஆபீஸ் | 80 | ” |
| 15. | கிரிசினாயில் கடை | 50 | ” |
| 16. | ஹைக்கோர்ட் | 40 | ” |
| 17. | போலீஸ் ஸ்டேஷன் | 60 | ” |

“நீளப்போயிண்டே இருக்கே ரமாமணி.”

“இதெல்லாம் என்னப்பா?”

“சொல்றேன். இதெல்லாம் உங்களுக்குத் தாயத்து.”

“எதெல்லாம்?”

“இதெல்லாம்.”

“இந்த பலூன் எல்லாமா?”

“பலூன் இல்லே உதடு” என்று சொல்லி ஒரு பெட்டியிலிருந்த ரப்பரை எடுத்து உதட்டில் வைத்துக்கொண்டான் பையன். ஒரு பெரிய புன் சிரிப்பு தெரிந்தது.

“தாயத்து” என்றான்.

“தாயத்தா?”

“எங்கம்மா எங்கப்பா. இன்னும் பல அப்பா அம்மாக்கள் எல்லாம் உங்க வீட்டுக்காரர்களைச் சபித்திருக்கிறார்கள். அந்தச் சாபம் எல்லாம் பலிக்கக் கூடாது. இனிமேலும் அப்படி யாரும் சபிக்கக்கூடாது. உங்க வீட்டுக்காரருக்குக் கஷ்டம் வந்தால்,

உங்களுக்குத்தான் கஷ்டம். அப்புறம் மாதர் சங்கத்திற்கு எப்படி வரமுடியும்? மாதர் சங்கம்தான் எப்படி நடக்கும்?"

அத்தனை பெண்களுக்கும் முகம் சுண்டிற்று. ஒரு முகத்தில் கோபம், ஒரு முகத்தில் எரிச்சல், ஒரு முகத்தில் கடுப்பு. இன்னொரு முகத்தில் சிடுசிடுப்பு... இப்படி ஒவ்வொரு முகத்திலும் கோணல்.

"பலே, பலே" என்று சிரித்தான் பையன்.

"என்ன பலே?"

"உங்க வீட்டுக்காரர்களெல்லாம் வேலை நேரத்துலெ இந்தச் சிடுமூஞ்சி தான். இந்தப் பட்டியலில் ரயிலடி ரிசர்வேஷனிலிருந்து வீட்டு வசதி வாரியம், தேசிய பாங்கு என்றெல்லாம் பல ஆபீஸ்கள், பார்த்தீர்களா? உங்க வீட்டுக்காரர்கள் இந்தப் பட்டியலில் யாராவது ஏதாவது ஒன்றில் வேலை பார்க்கிறார்கள்–இல்லையா? குமாஸ்தாவாக, அதிகாரியாக, டிக்கெட் எக்ஸாமினராக..."

"அதுக்கென்ன இப்ப?"

"எங்கப்பா அடிக்கடி ஆபீஸ் வேலையா வெளியூர் போவார். ஒரோர் தடவையும், ரயில் ரிசர்வ்வேஷன் ஜன்னல் கிட்ட நிக்கணும். அங்கு ஒரு கடுவம் பூனை முர்முர்ங்கும். எல்லா வண்டியும் ஒரே மாதிரி தான் இருக்கு. ஆனா ஒரு எக்ஸ்பிரஸுக்கு கார்டிலே பேர் எல்லாம் எழுதிக் கொடுக்கணும். இன்னொரு எக்ஸ்பிரஸுக்குத் தாளிலே எழுதிக் கொடுக்கணுமாம்... எங்கப்பா ஒரு தடவை தவறிப்போய் கார்டிலே எழுதிண்டு போனார். முப்பது பேர் க்யூவிலே. ஜன்னல் கிட்ட போனதும், "இந்த எக்ஸ்பிரஸுக்குக் கார்டிலே எழுதக்கூடாது. தாளிலே எழுதிக்கிட்டு வாங்க" என்றாராம் சிடுமூஞ்சி குமாஸ்தா. "ரண்டு மணி நேரம் க்யூவிலே நின்றிருக்கேன் சார்"னு கெஞ்சினார் எங்கப்பா.

"நான் நிக்கச் சொல்லலியே."

"மறுபடியும் க்யூவிலே கடைசியிலே நிக்கணுமே."

"என்ன செய்யறது, சரியா கவனிக்காட்டி அப்படித்தான்."

"அட கிராதகா."

"எங்கப்பா மனசுக்குள்ளே திட்டிக்கிட்டே கீழே இறங்கித் தாளிலே எழுதி அப்புறம் ஒரு மணிநேரம் நின்னாராம். ஜன்னல் வந்ததும் 36–வது வெயிட்டிங் லிஸ்ட் வேணுமான்னாராம் சிடுமூஞ்சி, எங்கப்பாவுக்குக் கண்ணெல்லாம் இருட்டிண்டு வந்ததாம். எங்கப்பாவுக்கு இப்படி ரிசர்வேஷன் க்யூவிலே

நின்னுநின்னு காலெல்லாம் நொந்து போய், ஆயுசும் குறைஞ்சி போய்விட்டது. பல தடவை ரிசர்வேஷன்லே இவர் பேர் இருக்கும். ஆனா, சீட்லே வேற யாரோ உட்கார்ந்திருப்பான். ஒரு தடவை சாயங்காலம் அஞ்சி மணிக்கே விஸ்கியைக் குடிச்சிட்டு ஒரு டிக்கெட் எக்ஸாமினர் வந்தானாம். என் பேரை அடிச்சு வேற பேர் எழுதியிருக்கே ஏன்னாராம்." எனக்குத் தெரியாதுன்னு அவன் என்னமோ எழுதிண்டிருந்தானாம். எங்கப்பா திருப்பித் திருப்பிக் கேட்டாராம். 'சும்மா டிஸ்டர்ப் பண்ணாதேய்யா'ன்னு முழியை உருட்டினானாம் மடாக்குடி. இந்த முழி, உதடெல்லாம் பார்த்து பயந்த எங்கப்பா கடைசியிலே செத்துப்போயிட்டார்.

"அப்புறம் எங்கம்மா இந்த லிஸ்டிலே முதல் 15 ஆபீஸ் இருக்கே. அங்கெல்லாம் போய் நின்னுண்டிருக்கா. எங்க போனாலும் வாங்க என்ன வேணும்னு யாரும் கேட்கறதில்லையாம். எங்கம்மா எதையோ திருடிண்டு போக வந்தாப்பல, எல்லோரும் சந்தேகமாப் பார்த்துண்டே இருப்பாங்களாம். இந்த லிஸ்ட்லெ அஞ்சாவதோ, ஆறாவதோ ஒரு ஆபீஸ். அங்க உங்க மாதிரி ஒரு பொம்மனாட்டி ஆபீஸர் உட்கார்ந்திருந்தாளாம். ஆம்பிளைகள் தான் சிடுமூஞ்சிகளாயிருக்கு, பொம்மனாட்டிகள் அப்படி இருக்க மாட்டாள்னு நெனைச்சிண்டு போனா. அது மூஞ்சிலே நாலு ஆம்பிளையைச் சாப்பிடற மாதிரி சிடுசிடுப்பு. நாலு மாசமா வாரத்துக்கு ஒரு தடவை வர்றேன். அடுத்த வாரம் அடுத்த வாரம்னு சொல்லிண்டே இருக்கேள்னு அம்மா கெஞ்சுவாளாம். இப்ப வேற அவசர வேலை. உங்க பைலை இப்பத் தேட முடியாது. நீங்க போகலாம்னாளாம். அப்புறம் அந்த ஆபீஸ்ல அபூர்வமா ஒரு சிரிக்கிற மூஞ்சி இருந்ததாம். அதுகிட்ட போய் எங்கம்மா அழுதாளாம். அவ அந்த சிடுமூஞ்சியைப் போய்க் கேட்டாளாம். அதுக்கு, "நான் இந்த பைலை ஒளிச்சி வச்சிப்பிடுவேன், தெரியுமா? ஒரு மாசம் கழிச்சு வரச்சொல்லுங்க"ன்னு முகத்தைப் பார்க்காமலேயே எரிஞ்சு விழுந்தாளாம். செக்ஷன்லெ இருந்த மத்த க்ளார்க்கெல்லாம் சிரிச்சாளாம். சிடு மூஞ்சியைப் பார்த்தா, சிரிப்பு மூஞ்சியைப் பார்த்தான்னு தெரியலியாம். இப்பவாவது இந்த செக்ஷனுக்குச் சிரிப்பு வந்துதேன்னு தானும் சிரிச்சிண்டே வந்தாளாம் சிரிப்பு மூஞ்சி க்ளார்க்கு.

"எங்கப்பா செத்துப் போயி அஞ்சு வருஷமாச்சு. இன்னும் இந்த 15 ஆபீசிலேயும் மூலோபத்ரவம், வயிற்றுவலி, சோம்பல் – கல்நெஞ்சு முகத்தைப் பார்க்காம கையையும் பர்சையுமே பாக்கற கண்ணு எல்லோத்தோடையும் எங்கம்மா இன்னும் நின்னுண்டேயிருக்கா."

“நான் ஐ ஐ ட்டீயிலே சேர்ந்து ஒரு வருஷம் படிச்சேன். ஒரு நாளைக்கு அம்மா, ‘அப்பாடா! என்ன ஜன்மங்கள்டா இதுகள்! ஒரு உதட்டிலியாவது ஒரு பூ விரியாதோ!’ன்னு படுத்துண்டா.”

“என்னம்மா சொல்றே?”ன்னேன்.

“சிரிப்பில்லாத எப்படிடா ஒரு உதடு இருக்கும்?”ன்னு சொன்னா அம்மா.

“அப்புறம் படிக்கறதை விட்டுட்டு நானா ஒரு மிஷின் செய்து இந்த உதடுகளைப் பண்ணி விக்க ஆரம்பிச்சேன்.”

“இந்தப் பொட்டியையா? இது எப்படி சிரிக்கிறது. ரிக்கார்டா?”

“இந்தப் பொட்டியை இல்லே, இந்த உதடுகளை? என் உதட்டைப் பாருங்க. எவ்வளவு பெரிய சிரிப்பு. ஆளுக்கு ஒண்ணை வாங்கிண்டு போயி உங்க வீட்டுக்காரர் உதட்டிலே மாட்டுங்க. அவர் சிடு மூஞ்சியா தெரியாது. முடியாது, இல்லெ கிடையாது. இதெல்லாம்கூட சிரிச்சுக்கிட்டே சொல்லும் இந்த உதடு. உதைச்சாலும் வலிக்காம உதைக்கறாண்டான்னு சாபம் கொடுக்காம போவாங்க டிக்கட்டு வாங்கறவங்க, பணம் கட்ட வர்றவங்க, தகவல் கேக்க வர்றவங்க எல்லோரும். ஒரோரு ஆபீஸ்லே வேலை செய்யறவங்களுக்கும் ஒவ்வொரு தினுசு உதடு பண்ணியிருக்கேன். வேலைக்குப் போற பொம்பளைங்களுக்கும் இருக்கு. நீங்க வாங்கிப் போய் உங்க வீட்டுக்காரர் உதட்டுலே மாட்டுங்க அவருக்கு நல்ல பேரும் வரும். யாரும் சபிக்கமாட்டாங்க. அதனாலெ நீங்களும் உங்க குடும்பமும் சேமமாயிருப்பீங்க.”

“என்ன இது ஒரே அபசகுணமும் அச்சான்யமுமாப் பேசறான்—ஏம்பா நீ இப்ப இந்த சிரிக்கிற பொட்டியை விக்கப் போறதில்லியா..?” என்று அலுத்துக்கொண்டே பெண்டுகள் சங்கக் கட்டிடத்துக்குள் போனார்கள்...

பையன் கடையைக் கட்ட ஆரம்பித்தான்.

“எங்களவர் ராத்திரி தனியா இருப்பறப்பவே சிரிக்க மாட்டார். ஆபீஸ்லெ கேக்கணுமா?” என்றாள் ஒரு உறுப்பினி.

“ராத்திரி, தனியா இருக்கறப்ப சிரிப்பு வருமா என்ன! ஐயய்ய!” என்று ஒரு மாதிரியாகப் பார்த்தாள் இந்த உறுப்பினி அந்த உறுப்பினியை.

# கைகாட்டி

இடம் – வடசென்னை

காலம் – விடியற்காலை.

ஒரு மிக நீளத் தெருவின் கோடியில் ஒரு கடை இன்னும் திறக்கவில்லை. திறந்த பிறகுதான் வெற்றிலை, பாக்கு, பீடி சிகரெட் கடையா, மளிகைக் கடையா, ரிப்பன் – வளையல் குங்குமம் – சவுரிக் கடையா என்று தெரியும்.

கடைக்கதவுகளுக்கு முன்னால் நாலு சவுக்கைக் கழிகள் மேல் போட்டிருக்கிற பலகை. கீழே சாக்கடை. பலகை மேல் ஒரு ஆசாமி படுக்கலாம். படுத்திருக்கிறார். கண்ணைத் திறந்து படுத்திருக்கிறார். கால் மணிக்கு முன்பு ஒரு காக்காய்க் கூட்டம் கத்திக் கத்தி அவர் தூக்கத்தைக் கலைத்துவிட்டது. எல்லாம் பறந்துபோய் மிச்சம் இரண்டு காக்காய் எதிர் வீட்டு மாடிக்கூரையில் உட்கார்ந்து கரைந்துகொண்டிருக்கிறது.

“காலங்காத்தாலெ கூரை மேலே காக்கா கத்தினா விருந்து வரும். கத்துறதைக் கேட்டவங்களுக்குத்தானே! மாடியிலெ குடக்கூலிக்கு இருக்கிறவங்க தூங்கிக்கினு இருக்காங்க. கீளெ ஊட்டுக்காரங்களுக்கும் தூக்கம். தெரு முளுக்க உறங்குது. சாணச் சத்தம்கூட கேக்கலெ. அப்பன்னா காக்கா கத்தினதை நான்தானே கேட்டுக் கினே இருக்கேன். அப்ப நம்ம ஊட்டுக்கு விருந்தா? ஹூம்! நல்ல தமாசு! நம்ம ஊடு பேசின்ப்ரிஜ்ஜாண்ட காவா ஓரமா அப்பன்னா எனக்கா விருந்து! நல்ல தமாசுதான் போ.”

இதையெல்லாம் நினைத்துக்கொண்டே அவர் எழுந்து உட்கார்ந்து சோம்பல் முறித்து வேட்டியைச்

சரிப்படுத்திக் கொண்டு கண்ணைக் கசக்கி தெரு நீளம் முழுவதையும் வடக்காலும் தெற்காலும் பார்க்கிறார். நடமாட்டம் இல்லை.

தெற்கே தெரு மத்தியில் யாரோ நடந்து வருவது தெரிகிறது. சுற்று முற்றிப் பார்த்துக்கொண்டு வருகிறார். தெருவுக்கு நடுவின் ஒரு சந்தின் முன் நின்று பலகையைப் பார்த்துவிட்டு மீண்டும் நடந்துவருகிறார். கடை முன் வந்துவிட்டார். பேட்டைக்குப் புது ஆசாமிபோல் இருக்கிறது.

"மேஸ்த்ரி சந்துக்கு எப்படிப் போறது?"

"மேஸ்த்ரி சந்தா?"

"ஆமா."

"ரொம்பத் தொலைவு வந்திட்டியே. அது இந்தக் கோடிலெல்ல இருக்குது."

"இல்லெ இந்தக் கோடிக்கு அப்பாலெதான் இருக்காம்."

"இந்தக் கோடிக்கு அப்பாலென்னா – கொஞ்சம் இரு . . . ஆமா. இங்கியும் இருக்குது, ஆனா மேஸ்திரி சந்து ரண்டு இருக்குதே. அர்ணாஸல மேஸ்திரி சந்துன்னு ஒண்ணு இருக்கு. பெரியண்ண மேஸ்திரி சந்துன்னு ஒண்ணு. அதுவும் ரோடு தாண்டி மூலக் கொத்தலம் போறவளியிலெ போய் அப்பாலெ சின்மா தியேட்டர் தாண்டில்ல போகணும்."

"டி.ஏ. மேஸ்திரி சந்துதுன்னு சொன்னாங்க."

"டி.ஏ. மேஸ்த்ரி சந்துன்னா இரு. இரு தோப்பு அருணாசல மேஸ்த்ரி சந்தா?"

"டி.ஏ. மேஸ்த்ரி சந்து. தோப்பு அர்ணாசல மேஸ்த்திரி சந்து. டி.ஏ. மேஸ்திரின்னா தோப்பு அர்ணாசல மேஸ்த்திரி சந்துன்னுதான் இருக்கணும்."

"ஆமா. அதேதான்."

"அதானே பார்த்தேன். பெரியண்ண மேஸ்த்ரியில்லேன்னா தோப்பு அர்ணாசல மேஸ்த்ரி சந்தாதான் இருக்கோணும்."

"கிட்டத்தால் இருக்கா?"

"ரொம்ப கிட்டவும் இல்லே. தொலைவும் இல்லே. நீங்க எங்கேர்ந்து வர்றீங்க?"

"சைதாப்பேட்டையிலேந்து."

"பஸ்லே வறீங்களா?"

"ட்ரெய்ன்லே வந்தேன்."

"எலெட்டி ட்ரெய்ன்லே?"

"ஆமா!"

"பீச் டேஸன்லே எறங்கி வறீங்களா?"

"ஆமா!"

"அதான் இமாம் தொலைவு நடந்து வறீங்க. பீச் டேசன் எங்க இருக்கு? தோப்பு அர்ணாசல மேஸ்த்திரி தெரு எங்க இருக்கு? அட கடவுளே, பஸ்லே வந்திருந்தீங்கன்னா இம்மாந் தொலைவு நடக்கவாணாமே. சின்மாவைத் தாண்டி, லாண்ட்ரிக்கு முன்னால ஸ்டாப்பு இருக்கு. அங்க எறங்கினீன்னா அங்கோர்ந்து அஞ்சே நிமிசம். போயிருக்கலாமே."

"சைதாப்பேட்டையிலேர்ந்து நேரா பஸ் இல்லியே."

"இல்லாட்டி என்னா? பீச் ஸ்டேசன்லே எறங்கினீல்ல. அங்கோர்ந்து ஒரு நிமிசம் நடந்தா கப்பல் ஆபீசு. அங்கோர்ந்து திருவொத்தியூரு, தண்டையார்பேட்டை, ராயபுரம் அல்லாத்துக்கும் பஸ் ஓடுதே."

"நான் பீச் டேசன்ல வந்தப்ப ஒரு பஸ்ஸூம் வல்லியே."

"இன்னா வல்லே. காலங் காத்தாலே எந்திரிச்சா டஜன் டஜனா பஸ் ஓடுது..."

"என்னமோ – நான் நடந்து வந்திட்டேன். இப்ப இப்படி நேரபோலாம்ல."

"நேரப் போயி பீச்சச்கைப் பக்கம் திரும்பனும். அப்பாலே ஏழு கெணறு வரும். அப்பால சோத்துக் கைப் பக்கம் திரும்பனும்... அப்பால குறுக்காலே போனும்னா மாதா கோயில் தெருவிலே திரும்பி – நேர நடந்து அங்க ஒரு சைக்கிள் கடையிருக்கு – அதுக்கு எதிரா பேரி கிஷ்டய்யா தெரு – கிஷ்டய்யா தெருவிலே நடந்துக்கினே போனா, ஒரு ரொட்டி கடை, அதுக்கப்பால் தம்மாத் தூண்டு ஒரு காளியம்மன் கோயிலு இருக்கு. பச்சை பெய்ண்ட் அடிச்சிருப்பாங்க அத்தோட கம்பிக் கதவுக்கு. எதுக்கு சொல்றேன்னா அதுக்குக் கொஞ்சம் தோலவிலே ஒரு புள்ளையார் கோயில் இருக்கு. அதுக்குப் பக்கத்திலேயும் ஒரு சந்து இருக்குது. நீ அந்த சந்திலே போகக் கூடாதுன்னு சொல்றேன். காளி கோயிலுக்குப் பக்கத்து சந்திலெதான் போவனும், அதுலே போயி ராயப்பன் சாமியார் தெருவுலெ போனே, நேரா தோப்பு அர்ணாசல மேஸ்த்ரி

சந்துக்குள்ளார போயிடலாம். சாமியார் தெரு பாதிக்கு மேலே இருக்கிறதுதான் தோப்பு அர்ணாசல மேஸ்த்ரி சந்து. அதை சாமியார் தெருவுன்னே சொல்லுவாங்க."

"ரொம்பவும் சுத்தலா இருக்கும்போல் இருக்கே."

"அதுக்கு என்ன செய்யிறதாம். குறுக்குப் பாதையா ஜல்தி போவோணும்னா இத்தான் –லெப்ட்டு ரைட்டெல்லாம் கவனமா வச்சிகினுபோவோணும்."

"நேர் ரோட்லே போனா ?"

"போலாம். இந்தமாதிரி ரண்டு தொலவாகும். இப்படியே ரோடுக்குப் போனா ஏழு கிணறாண்ட சைக்கிள் ரிக்ஷா நிற்கும். மூண் ரூபா கேப்பாங்க."

"மூண் ரூபாயா ?"

"மூண் ரூபா கேப்பாங்க, நீ போய்க்கினே இரு. பின்னாலியே வண்டியைத் தள்ளிகினெ வருவான். ரண்டு ரூவாக்கு மேலே தரமுடியாதப்பான்னு சொல்லு –ஏறு சாமிம்பான்."

"ரண்டு ரூவாயா ?"

"ரண்டு ரூவா தரக்கூடாதா ? சின்மாக்குப் போறதுக்கு முன்னாலெ ரண்டு ஏத்தம் வருது. மிதிச்சாக் காலுதான் ஒடயும். ரண்டு ஏத்தத்துலே ஒரு டீதான் குடிச்சிருப்பான். மொத ஏத்தத்திலேயே அது அல்லாம் வேத்தே போயிரும். குறுக்குப் பாதையிலியும் போவாங்க. அது ரொம்ப பேஜாரு. சந்திலெ எருமை கட்டியிருப்பாங்க. எச்சிக்கலெ போட்டிருப்பாங்க. சாக்கடெ வெட்டி உட்ருப்பாங்க. ஒடிச்சு ஒடிச்சு திருப்புவாங்க. லொங்கா லொங்கான்னு சாக்கடையிலே உயுந்து உயுந்து ஏறணும். முதுகு, குந்துற பட்டையெல்லாம் இடிச்சு இடிச்சி நோவு கண்டு போகும்."

"சரி–எப்படியோ பாக்கறேன். வரேன்யா ரொம்ப தாங்க்ஸ்."

"அவ்ளோ தானா ?"

"..."

"சார் !"

"என்னாய்யா ?"

"அவ்ளோதானா ?"

"என்ன !"

"அவ்ளோதானாண்றென்."

"அப்படீன்னா!"

"சொம்மா பேசாத போறியே!"

"என்னய்யா சொல்றே நீயி!"

"என்ன சொல்றேனா! இம்மாந்தூரம் சொல்லியிருக்கேன். அல்லாம் தெரிஞ்சிக்கினு சொம்மா போயிக்கினேக்கிறியே!"

"சும்மா போறன்னா?"

"நான் சொன்னாத்தான் தெரியுமா உனக்கு! காலங் கார்த்தாலெ சொம்மா குந்தியிருந்த ஆளைக் கூப்டு எல்லாம் கேட்டுக்கினே. நானும் இம்மா நேரம் தொண்டை தண்ணி போகச் சொல்லிகினே இருந்தேன்..."

"தொண்டைத் தண்ணி போகவா!"

"ஆமா, நீ சொம்மா மேஸ்திரி சந்துன்னுதான் சொன்னே. தோப்பு அர்ணாசல மேஸ்த்ரி சந்துன்னு நானா உன்னெக் கேட்டுத் தெரிஞ்சுக்கினேன். வௌக்கமா போற பாதை சொன்னேன். இல்லாட்டி நீ எங்கெல்லாம் போயி கஷ்டப்பட்டிருப்பெ! உன்னெ ரிக்சாக்காரன் இதோ இதோன்னு தண்டையார்பேட்டை ராயபுரம்லாம் சுத்தி இட்டுகினுபோயி அஞ்சு ரூவா பறிச்சிருப்பானே. நான் ஒழுங்கா கரெக்டா சொன்னேன். நீ அல்லாத்தியும் கேட்டுக்கினு பேசாம போறே! எனக்கு நல்லா வேணும்..!

"காசு வேணுமா!"

"என்னா சார் அப்படி கேட்டிட்டே! நான் பிச்சையா கேக்கறேன்!"

"இது என்னவாம்..?"

"என்னா சார் நாலணா கொடுக்கிறே! ஒரு சிங்கிலே நாப்பது பைசா. இப்பல்லாம். ரண்டு இட்லி அம்பது பைசா சார். டூர்ஷ்ட் பஸ்லெ அதோ பாருங்க இதோ பாருங்கன்னு கைகாட்டி கில்லாடிப் பையனுக்கெல்லாம் எனாமே ஆளுக்கு எட்டணா ஒரு ரூவான்னு கொடுக்கறாங்க – இன்னா சார்!"

"உன்னோட பேசிக்கிட்டிருக்கிற நேரம் நான் மேஸ்த்ரி தெருக்கே போயிருக்கலாம் போல்ருக்கே."

"எந்த மேஸ்த்ரி தெருக்கு சார் போயிருப்பே?"

# விஞ்ஞான வெட்டியானும் ஞான வெட்டியானும்

வராந்தாவில் நடக்கும்போதே சீராளன் மைத்துனரை எச்சரித்தான். "துடை வரைக்கும் எடுத்தாச்சுனு அவளுக்குத் தெரியாது. முழங் காலுக்குக் கீழேதான் எடுத்திருக்குன்னு இன்னும் நினைச்சிட்டிருக்கா. அவ ரண்டாந் தடவை க்ளோராஃபாம் கொடுத்தப்ப, வேற எதுக்கோ சின்ன ஆப்ரேஷனுக்காகக் கொடுக்கறாங்கன்னு சொல்லிருக்கு. முத ஆப்ரேஷனை சரிபண்றதுக்குன்னு சொல்லி வச்சிருக்கு. நீங்களும் துடை வரைக்கும் எடுத்தாச்சாமேன்னு கேட்டுடாதீங்க. தானே கொஞ்சம் கொஞ்சமாத் தெரிஞ்சுக்கட்டும்னு இருக்கிறோம்."

மைத்துனர் பதில் பேசவில்லை. கோபமும் துயரமுமாக வாய் மூடியாக நடந்தார்.

நோயாளியின் அறைக்குள் நுழைந்தார்கள்.

"வாங்கண்ணா."

கட்டிலில் மல்லாந்து படுத்திருந்த தங்கை வரவேற்றாள். கழுத்திலிருந்து கால்வரை போர்த்தி யிருந்தது.

"போட்மெயில்லியா வந்தீங்க?"

"ஆமாண்டா கண்ணு" அண்ணன் கட்டிலின் தலைப்புக்கு அருகில் போய் தங்கையின் நெற்றி முகட்டிலிருந்து தடவிக்கொடுத்தார்.

"அண்ணி வரலியா?"

"இல்லே."

"நாத்தனார் முடமானதைப் பார்க்க வாண்டாம்னா" என்று லேசாகச் சிரித்தது அந்தப் பெண்.

அந்தச் சிரிப்பு இரண்டு கணம்தான் அடுத்த கணம் சிரிப்பைக் கன்னத்தின் கீழே தள்ளிவிட்டுக் கொடகொடவென்று கண்ணீர்.

"முழங்காலுக்குக் கீழ எடுத்திட்டாங்களாம் அண்ணா" என்று உதட்டைப் பிதுக்கிக் குழந்தைபோல அழுதது அந்தப் பெண்.

அண்ணன் உதட்டை உதட்டால் அழுத்திக்கொண்டார். திரும்பித் தங்கையின் கணவனைப் பார்த்தார். அவன் உதடும் கன்னமும் கோணித் துடிக்க விம்மலை அடக்க முயன்று கொண்டிருந்தான்.

இதெல்லாம் அடங்க இரண்டு நிமிஷம் ஆயிற்று.

"அழாதீங்க அண்ணா."

"நீ எனக்குத் தைரியம் சொல்ற. அப்படியே இருக்கட்டும். உசிரையாவது விட்டுவச்சானே ஆண்டவன். முழங்கால் போனாப் போகட்டும்" என்று மீண்டும் அண்ணன் அவள் நெற்றி உச்சியைத் தடவிக்கொடுத்தார்.

"முழங்காலுக்குக் கீழே முப்பத்திரண்டு வயசிலேயே எடுத்தாச்சுன்னா மிச்ச வயசை எப்படி அண்ணா போக்கறதாம்? இப்ப நான் பொழச்சு யாருக்கு லாபம்? அவர்களுக்கும் கஷ்டம். நான்கு குழந்தைகளுக்கும் யாரு செஞ்சு போடுவாங்க?"

"பேசாம இருடா கண்ணு. நாங்கெல்லாம் எதுக்காக இருக்கோம்?"

"முடத்துக்குச் செஞ்சு போட."

"சும்மா இரேன்."

"சும்மா இருன்னு சொல்லாதீங்கண்ணா. பேசிட்டேயிருந்தா, கால்வலி தெரியலே. யாரும் இங்க இல்லேன்னு வச்சுக்குங்க. உடனே காலையே நினைக்கிறேனா வலி விண்விண்ணுன்னு உசிரு போகுது."

அண்ணன் ஊர்க்கதை, உலகக்கதை, உறவுக்காரங்க கதை எல்லாம் பேசத் தொடங்கினார்.

தங்கை ரொம்ப ஆர்வமாகக் கேட்டுக்கொண்டிருந்தாள், வலி தெரியாமலிருப்பதற்காக. வலி தெரியவில்லை.

திடீர் என்று அவர்களுக்கு அப்பால் பார்த்து, "நீ சாப்பிட்டியாம்மா?" என்றாள்.

இருவரும் திரும்பிப் பார்த்தார்கள்.

நிலையோரமாக நின்றிருந்த பெண், "சாப்பிட்டாச்சாம்மா... தூங்கினீங்களா ராத்திரி?"

"ரண்டு தடவை முழிச்சிக்கிட்டேன். வலி கொன்னிடிச்சு, நர்சம்மா ரண்டு தடவை வந்து மாத்திரை கொடுத்தாங்க... தூங்கிட்டேன். நீ என்ன சாப்பிட்டாயாம்?"

"அல்லாம் சாப்பிட்டேம்மா, இடியாப்பம், ரண்டு இட்லி, டீத்தண்ணி எல்லாம் ஆயிடிச்சு."

"இந்தப் பொண்ணுதாண்ணா இங்க எல்லாம் செஞ்சிட்டிருக்கு எனக்கு."

நடையில் சரசரப்பு.

பெரிய டாக்டர் வராங்க என்று ஏதோ மகாராஜா வருவதைச் சொல்லுவதைப் போல தொண்டையோடு தொண்டையாகச் சொல்லிவிட்டு மறைந்தது தோட்டிப் பெண்.

பெரிய டாக்டர் வந்தார். கூட இரண்டு மூன்று டாக்டர்கள். இரண்டு நர்சுகள்.

சற்று நின்று நோயாளியைப் பார்த்தார் பெரிய டாக்டர். கட்டில் முனையில் தொங்கவிட்டிருந்த கடுதாசியைப் பார்த்தார்.

"ஓகே, கன்டின்யூ" என்று நர்சைப் பார்த்துச் சொன்னார். நோயாளியின் இடது கை நாடியைக் கால் நிமிஷம் பார்த்தார். அபயம் தருவது போல அவள் இடது தோளை மெதுவாகத் தட்டிவிட்டு வெளியே நடந்தார். பரிவாரம் கூடவே அடக்கமாக, மரியாதையாக ஓடிற்று.

"போச்சு முப்பத்தஞ்சு ரூபா" என்று சிரித்தது நோயாளிப் பெண்.

அண்ணன் தங்கையைத் திரும்பிப் பார்த்தான்.

"பெரிய டாக்டர் இப்ப வந்திட்டுப் போனார்ல முக்கா நிமிஷம் அவருக்கு இருபத்தஞ்சு ரூவா, கூட ஒரு நர்சு வந்தாங்கள்ள. அவங்கதான் பெரிய நர்சு, அவரு இப்படி வந்துட்டுப் போனார்னா, பத்து ரூவா, ஆக மொத்தம் முப்பத்தஞ்சு ரூபா."

"என்னது!" புரியாமல் விழித்தார் அண்ணன்.

திரும்பித் தங்கையின் கணவனைப் பார்த்தார்.

"ஆமாம்" என்றான் சீராளன்.

"காலமே பெரிய டாக்டரும் பெரிய நர்சும் வருவாங்க அதுக்கு முப்பத்தஞ்சு ரூவா. சாயங்காலம் ஒரு சின்ன டாக்டரும் சின்ன நர்சும் வருவாங்க. அதுக்குப் பதினைஞ்சு ரூபா."

"தினமுமா?"

"பின்னே? மாசத்துக்குன்னா நெனைச்சீங்க! எங்க ஊரு மருதமுத்து வைத்யர்னு நெனச்சீங்களா? வருஷத்துக்கு ஆறு கலம் நெல்லு வாங்கிக்கிட்டுக் கூப்பிட்ட குரலுக்கு ஓடியாந்து மாத்திரை, கசாயம்லாம் கொடுக்கறதுக்கு?"

"தினமும் அம்பது ரூபாயா!"

"ஆமாண்ணா, இன்னியோட நாப்பத்து நாலு நாளாச்சு. இவங்க விசிட்டிங் சார்ஜ் மாத்திரம் ரெண்டாயிரத்து சொச்சம் ஆயிடிச்சு."

"இது இவரோட ஆஸ்பத்திரிதானே!"

"ஐயய்ய, இது ஆசுபத்ரியும் இல்லெ. மருத்துவமனையுமில்லே. அவரோட சொந்த க்ளினிக்கு. பாலி க்ளினிக்கு."

"பாலி க்ளினிக்கோ, போலி க்ளினிக்கோ! தன்னோட ஆஸ்பத்திரியிலே படுத்திருக்கிற நோயாளியைப் பார்க்கறதுக்கு இருபத்தஞ்சு ரூபாயா? அதுவும் இப்படி முக்கா நிமிஷம் எட்டிப் பார்த்துட்டுப் போறதுக்கா? இது ராத்திரிக் கொள்ளைகூட இல்லே. பகல் கொள்ளெ!"

அவங்க அமெரிக்கா, லண்டன், ஜெர்மனியெல்லாம் படிச்சிட்டு வந்தவரு அண்ணா! அதனாலதான் இவங்க நாலு வருஷமா நெல்லுவித்து சேத்த பணம் இருபத்திரண்டாயிரத்தையும் போன வாரம் பில்லு அனுப்பிச்சு வாங்கிட்டாரு."

சீராளன் சொன்னான்: "ஸ்கானிங்கறாங்க – அதுங்கறாங்க இதுங்கறாங்க. அந்த மாதிரி சோதனைங்களுக்கே ஆறாயிரம் ஆயிடிச்சு. அப்பறம் ஆபரேஷனுக்குப் பதினைஞ்சாயிரம்."

"சரி, நீங்க அந்தப் பொண்ணை வரச் சொல்லிவிட்டு அந்தாண்ட இருங்க" என்றாள் நோயாளிப்பெண்.

இருவரும் எழுந்தார்கள்.

"நீங்க ஏதாவது சாப்பிட்டிங்களாண்ணா?"

"இல்லெ."

"வெளியிலே போய் காபி க்ளப்பிலெ சாப்பிட்டு வாங்க. ஏங்க இங்க ஆசுபத்ரி காண்டீனிலே சாப்பிடாதீங்க. இங்க ஒரு இட்லி ஒரு ரூவா. காபி ரண்டு ரூவா. வெளியிலே போய் சாப்பிடுங்க... சட்டுனு வரச் சொல்லுங்க. அந்தப் பொண்ணை."

இருவரும் அவசரமாக வெளியே வந்து தோட்டிப் பெண்ணை கூப்பிட்டார்கள். அவள் நோயாளியின் அறைக்குள் நுழைந்து

கதவைச் சாத்திக்கொண்டாள். அதற்கு முன்பே அவளை நிறுத்தி துடை வரையில் காலை எடுத்திருப்பதை அவளிடம் சொல்ல வேண்டாம் என்று எச்சரித்து அனுப்பினான் சீராளன்.

வராந்தாவில் நடக்கும்போது சொன்னான் அவன். "பெரிசு கலியாணத்துக்குன்னு கொஞ்சம் கொஞ்சமா சேர்த்துகிட்டு வந்தேன். அஞ்சு வருஷமா? அந்த இருபத்தாறாயிரமும் காலியாயிடிச்சு. இவ காலும் போயிடிச்சு. சின்ன டாக்டரைக் கேட்டேன் இன்னும் எத்தனை ஆகும்னு. மிஞ்சிமிஞ்சி இன்னும் பன்னண்டாயிரத்துக்கு மேல போகாதுங்கறாரு அவரு,"

"இன்னும் பன்னண்டாயிரமா?"

"இல்லாட்டி வெளியிலே விட மாட்டாங்க... அடுத்த ரூம்லே ஒரு மைசூர்க்காரங்க வந்திருக்காங்க. காலு புரையோடி எடுக்கணும்னாரு. பழய பில்லு எல்லாம் இருபதாயிரம் கொடுத்தப்புறம் தான் காலை எடுப்பேன்னிட்டாங்க. காலை எடுக்காட்டி உசிரு போயிடும். அதுக்காக இந்த பேஷண்ட்டோட தம்பி, அத்தாரிட்டி லெட்டர்லாம் வாங்கிட்டு, ஊருக்குப் போயி நிலத்தையோ, நகைங்களையோ, வீடையோ அடமானம் வச்சி இருபதாயிரம் கொண்டாந்தாரு. அப்பறம்தான் காலை யெடுத்தாங்க. ரண்டு நாளுமுன்னாலெ எடுத்திருந்தா பாதத்தோட போயிருக்கும். இந்தப் பில்லு தகராறில ஊருக்குப் போயி பணம் புரட்டி வரதுக்குள்ளார புரை கணைக்கால் வரை ஏறிடிச்சு, கணைக்காலோட வெட்டிட்டாங்க."

மைத்துனர் சிறிது மலைத்து நின்றார்.

"நீ எப்படி இந்தக் கொள்ளைக்காரங்க கையிலெ மாட்டி கிட்டே? ஒரு காலை வெட்றதுக்கு நாப்பதாயிரமா? இவன் என்ன டாக்டரா? வெட்டியானா?"

"விஞ்ஞான வெட்டியான்" என்று ஒரு குரல்.

ஒரு நாற்பது வயதுக்காரர். "என் தங்கை பையன் வயித்து வலின்னு நாலு மாசமாச் சொல்லிக்கிட்டிருந்தான். பெரிய டாக்டராச்சேன்னு கொண்டு சேர்த்தேன். நாலு எக்ஸ்ரே ஆச்சு. ரத்தம், மூத்ரம், எச்சில்ன்னு ஒண்ணு பாக்கியில்ல, ஒரு சோதனை பாக்கியில்லெ. ஆத்மான்னு ஒண்ணு இருக்காமே அதைத்தான் இன்னும் சோதிக்கலெ. கண்ணுக்குத் தெரிஞ்சு கையிலியும் அகப்பட்டா அதையும் சோதிக்கறேன்னு ஒரு ரண்டாயிரத்தைப் பிடுங்கியிருப்பான்... முப்பது வருஷம் முன்னாலெ நான் மதுரைப் பக்கம் போயி ஒரு மாசம் தங்கியிருந்தேன். கண்ணெல்லாம் எரிஞ்சு தலைவலியா இருந்தது. பக்கத்திலெ யாரோ ஜெர்மனிக்குப் போய்வந்த டாக்டர்னு போர்டு போட்டிருந்தது. போனேன்

அந்த ஆளு ஒரு ரண்டு நிமிஷம் என்னை முறைச்சு, என்னமோ யோசிக்கறாப்பல பார்த்தான். பதினைஞ்சு நாளா தலை வலிக்குதுன்னா, மண்டைக்குள்ள ஏதாவது கோளாறு இருக்கலாம். நல்லா டெஸ்ட் பண்ணித்தான் சொல்லணும். இன்பேஷண்டா இருக்கணும்னான். கேட்டுக்கிட்டு வந்து சொல்றேன்னு தங்கியிருந்த உறவுக்காரர்கிட்ட சொன்னேன். 'அட பாவி நீ தினமும் ரண்டு காஸா லெட்டு மாம்பழம் தின்னுகிட்டிருக்கே. நீல மாம்பழத்துக்கு மதுரையிலெ காஸலெட்டும்பாங்க. மாம்பழத்தோட பால் சாப்பிடணும். இல்லாட்டி வறட்சி கொடுத்து மண்டை வலிக்கும். இங்க, ஒரு எல்.எம்.பி. இருக்காரு. அவர்கிட்டே போய் சொல்லுங்க'ன்னாரு. போனேன். எட்டணாக்கு ஆறு வேளை மிக்சர் கொடுத்தாரு. மூணு வேளையிலேயே சரியாப் போச்சு. அப்பல்லாம் இப்படி ஊருக்கு ஒரே ஒரு டாக்டர்தான் எங்கேயோ படிச்சிட்டு வந்து பயமுறுத்துவான். இப்ப எல்லா டாக்டருமே அப்படி ஆயிட்டான். தலைவலிக்குது, காலைக் கடுக்குதுன்னு சொன்னாப் போதும். ஒரு லிஸ்ட் கொடுக்கறாங்க பாரு – அந்த டெஸ்ட்டு இந்த டெஸ்ட்டுன்னு – உங்க சம்சாரம் கேஸைப் பாத்துக்கிட்டுத்தான் இருக்கேன், சுருக்க டிஸ்சார்ஜ் வாங்கிட்டுப் போங்க" என்று தர்மாஸ் ப்ளாஸ்க்குடன் வராந்தாவில் நடந்தார் நாற்பது வயது.

வெளியே போய் காபி க்ளப்பில் பொங்கல் வடை காப்பி சாப்பிட்டுவிட்டு சீராளனும் மைத்துனரும் உள்ளே வந்தார்கள்.

"இந்த அக்ரமத்தைக் கேக்காம விடப்போறதில்லெ நான். பெரிய டாக்டர்கிட்டே போய் கத்தப்போறேன். உன் சொந்த ஆஸ்பத்திரியிலெ படுத்திருக்கிற நோயாளிகளுக்குத் தினம் விசிட்டிங் சார்ஜுன்னு அம்பது ரூவா வாங்கிறேய்யா, இந்தக் காசு ஜரிக்குமான்னு கத்தப் போறேன். இன்னும் என்னல்லாமோ கேக்கப் போறேன், இல்லேன்னா கோர்ட்டு வரைக்கும் போய்ப் பார்த்திடப் போறேன்" என்று முகம் சிவக்க உதடு துடிக்கக் கத்தினார் மைத்துனர்.

"இப்ப ஒண்ணும் பண்ணாதீங்க. இந்த டாக்டர்கிட்டே பெரிய பெரிய தலைவர்ங்க, அதிகாரிங்கல்லாம்கூட உடம்பைப் பார்த்துக்கறாங்க. ஒண்ணும் நடக்காது. தலைக்கு வந்தது துடையோட போச்சுன்னு ஊருக்குப் போய்ச் சேரப் போறேன் உங்க தங்கையை அழைச்சிட்டு. இப்ப ஒண்ணும் கலாட்டா பண்ணவாண்டாம் . . .

நோயாளியின் கதவு இன்னும் திறக்கவில்லை அதை ஒட்டியிருந்த தங்கும் அறைக்குள் இருவரும் போய் உட்கார்ந்து கொண்டார்கள்.

“வணக்கங்க” என்று சீராளனுக்கு வணக்கம் சொல்லி உள்ளே வந்தான் ராயப்பன். தோட்டிப் பெண்ணின் கணவன் அவன்.

“ரண்டாம் தடவையும் ஆம்புடேசன் செஞ்சிட்டாங்களாமே!” என்று முகம் தொங்க கேட்டான்.

“ஆமாம்பா.”

“போன வாரம் முழங்கால் வரைக்கும் எடுத்தாங்க அதைக் கொண்டு எறியறதுக்கு பதினஞ்சு ரூபா கொடுத்தாங்க எனக்கு. நான் நேத்து லீவு. தருமநாதன்கிட்ட கொடுத்தாங்க. அறுத்துப்போட்டதைப் புதைக்கறதுக்கு. அவனுக்கு இருபது ரூவா கொடுத்தாங்களாம் ஆபீசிலெ.”

“லீவிலெ இருந்திட்டது வருத்தமா இருக்காக்கும் உனக்கு? உனக்கும் ஏதாவது வேணும்கிறியா?”

“என்னா சார் அப்படிக் கேக்கறீங்க?”

“பின்ன என்ன கேக்கணும்?”

“நான் சொல்ல வந்தது வேற சார். காலோ, கையோ ஆம்புடேசன் பண்ணிணா அதைச் சுடுகாட்டிலெ கொண்டு போடன்னு உங்ககிட்ட நாப்பது அம்பதுன்னு பில்லு போட்டு வாங்கறாங்க சார். எங்களுக்குக் கொடுக்கறது என்னமோ பதினஞ்சு ரூவாதான் சார். நீங்கள்ளாம் சேர்ந்து ஆபீசிலெ சொல்லி முப்பது நாப்பதாவது கொடுக்கச் சொல்லக் கூடாதுங்களா சார்?”

“ஏண்டா, ஞான வெட்டியான் தோட்டிக்கிட்ட கூடவா இங்க கமிஷன் கேக்கறாங்க?” மைத்துனர் வாயைப் பிளந்து ராயப்பனைப் பார்த்தார்.

சீராளன் அடுத்த வருட சாகுபடிக்கு விரை, தச்சு கூலி, எரு— இதற்கெல்லாம் எங்கே கடன் புரட்டலாம் என்று யோசித்துக் கொண்டிருந்தான்.

“அம்மா உங்களைக் கூப்பிடறாங்க” என்று நோயாளிக்குக் காலைக் கடன் உதவிகளைச் செய்துவிட்டு வந்த தோட்டிப்பெண் அழைத்தாள்.

“இவ்வளவு பணத்தைக் கொள்ளையடிச்சு என்ன செய்வான் ஒரு மனுசன்!” என்று குழம்பிக்கொண்டே மைத்துனர் எழுந்து கொண்டார்.

# 23இ – பேருந்தில்

பேருந்து 23இ சேருமிடம் எழும்பூர். இரவு ஏழு மணி.

ஒரு முப்பது வயதுக்காரர் அவர் மனைவி – ஒரு நாலு வயதுப் பெண். ஒரு கைக் குழந்தை. ஒரு பெரிய சூட்கேஸ் – 4 கிலோ எடைக்குள் நூறு கிலோவைத் திணித்தாலும் பிதுங்காத அமெரிக்கப் பெட்டியின் பம்பாய் பதிப்பு! மனைவி கையில் ஒரு பை, தோளில் ஒரு பை. இடுப்பில் கைக் குழந்தை. ஏறுகிறார்கள். ஒரே இருக்கையில் பக்கத்தில் பக்கத்தில் உட்கார்கிறார்கள். கணவர் சூட்கேஸை நடையில் தன் இருக்கையை ஒட்டி நிறுத்திவிட்டார். கைக் குழந்தை அவர் மடியில். மனைவி ஜன்னலோரம். நடுவில் பெண் குழந்தை.

அதே வரிசையில் இடது பக்கம் நடைக்கு அப்பால் இரண்டு பெண்கள். நாற்பது வயது. முப்பத்திரண்டு வயது.

முப்பது வயதுக்காரருக்குப் பின் வரிசையில் இரண்டு ஆண்கள். ஒன்று நாற்பது வயதுப் பெண்ணின் புருஷன். பக்கத்தில் அவர் மச்சான்.

முப்பது வயதும் குடும்பமும், நடுவில் ஒரு நிறுத்தத்தில் ஏறிக்கொண்டார்கள்.

பேருந்து இந்திரா நகரூடே போகும் கல்லும் குழியும் காலுக்கு மெத்தையென்ற ஐயப்ப சாலையில் திரும்புகிறது.

திடீர் என்று ஒரு குலுக்கு... ஒரு குழியில் இறங்கி பேருந்து தடதடக்கறது. அமெரிக்கப் பெட்டியின் பம்பாய்ப் பதிப்பு போன்ற பிரம்மாண்ட சூட்கேஸ் நின்ற நிலையை விடுத்து நடையில் மடேரென்று விழுந்து படுத்துக்கொள்கிறது.

நடைக்கப்பால் உட்கார்ந்திருக்கிற நாற்பது வயதின் கால் விரல் நசுங்கி இருக்க வேண்டும். நசுங்கவில்லை. ஏனெனில் அவளுடைய கால் பெட்டி விழுந்த இடத்தில் இல்லை.

நாற்பது வயது: ஐய.

முப்பது வயது: ஸாரி.

என்று சொல்லி கைக் குழந்தையை மனைவியிடம் மாற்றி விட்டு, படுத்திருந்த பெட்டியை நிமிர்த்தி வைக்கிறார்.

நாற்பதின் கணவர்: கால்லெ உயுந்திச்சா பொட்டி!

நாற்பது வயது: உயுந்தாப்லதான். நல்ல வேளை.

நாற்பதின் கணவன்: உயுந்திருந்தா படா பேஜாரா ஆகியிருக்கும்.

நா.வ.: இது டாக்சிலெ போ வேண்டிய பொட்டி. நம்ம தலை விதி பஸ்சிலெ போவுது.

நா.க.: கால்விதின்னு சொல்லு (சிரிக்கிறார்).

அந்த ஹாஸ்யத்தைக் கேட்டு நா.வ.வும் பக்கத்துப் பொண்ணும் மச்சானும் சிரிக்கிறார்கள்.

முப்பது வயது அது காதில் விழாதது போல் உட்கார்ந்திருக்கிறார்.

நா.க.:— கால்லெ உயுந்திருந்தா, அஞ்சு விரலும் முனியாண்டி விலாஸ் சட்னியாட்டம் ஆகியிருக்கும்... நானும் பார்த்துக்கினே தானே வர்றேன். எப்ப உயப்போவுதோ – எப்ப உன் கால் பஜ்ஜியாப் போவுதோன்னு பயந்துக்கினே வந்தேன்.

நா.வ.: என்னாத்தெ பயந்துக்கினே? அப்படி பய்ந்துக்கினு வந்திருந்தா யோவ் பொட்டிய புடிச்சுக்கய்யான்னு ஒரு பேச்சு சொல்லியிருக்க மாட்டியா?

நா.க.: என்னா இப்படிச் சொல்றியாங்! அவருதான் ஒரு கையிலெ கொளந்தையை வச்சிக்கினு இருக்காரு. ஒரு கையிலெ கம்பியை புடிச்சிக்கினு இருக்கிறாரு. ஒரு கையிலெ பொம்பளப் புள்ளியை புடிச்சிக்கினு இருக்காரு. ஒரு கையாலெ சம்சாரத்தைப் புச்சுக்கினு இருக்காரு.

நா.வ.: நீ என்ன சொல்றியாம். நாலு கையா அவருக்கு? (மச்சான் சிரிக்கிறான். நா.க.வும் சிரிக்கிறார்.)

முப்பது வயது பின்னால் திரும்பிப் பார்க்கிறார்.

முப்பது வயது: என்ன ஜோக் பண்றீங்களா?

நா.க.: ...என்னாது! சோக்கா! அப்படீன்னா!

மு.வ.: அநாவசியமாகப் பேச வேண்டாம்.

நா.க.: பாத்தியா – நான் அநாவசியமா வம்பு வளர்க்குறேனாங்?

மச்சான்: அக்கா கால்லெ பொட்டி உயுந்திருந்தா தெரியும் அப்ப சமாசாரம்!

நா.க.: சம்சாரத்தை ஒரு கையாலெ புச்சிக்கினு இருந்தாருன்னு சொன்னதுக்கே இப்படி மொறைக்கிறாரு.

முப்பது வயது பின்னால் திரும்பி இப்போது உண்மையாகவே முறைத்துப் பார்க்கிறார்.

நா.க.: ரொம்ப கோவமாத்தான் பாக்கறாரு.

மச்சான்: பாத்தா என்னவாம்.

நா.வ.: என் காலு இத்தினி நேரம் முறிஞ்சி போயிந்துச்சின்னா எப்படியிருக்கும்? என்னமோ ப்ரமாதமா உருட்றாரே முளியெ!

மு.வ.: உங்க கால்லெ விழுந்துதா?

நா.வ.: உயணுமா? என்னாய்யா? பேசுறே நீ!

மு.வ.: இப்ப என்ன செய்யச் சொல்றீங்க? பொட்டியை நிறுத்தி வச்சு ஜாக்ரதையாப் புடிச்சுண்டிருக்கேன். அப்புறம் என்ன செய்யணுமாம்?

மச்சான்: நீ எதுனா செய்யி. எங்களுக்கு என்னவாம்?

நா.க.: இந்தினி நேரம் நம்ம பொட்டி அவர் கால்லே உயுந்திருந்தா போலீசையே இட்டாந்திருப்பாரு. யோவ். இத்தா மாரிபொட்டி யெல்லாம் எடுத்துக்கினு பஸ்லே ஏறக்கூடாதய்யா. அதாங் இத்தினி நேரமா சொல்லிக்கினு இருக்கோம். அதைப் புரிஞ்சுக்க காணமாம். என்னமோ கோர்ட்டு கணக்கா பேசுறியே. என்னமோ பாத்தா பாங்கிலே ஏதோ பெரிய ஆபீசரு மாதிரி சட்டை பாண்ட்டெல்லாம் போட்டுக்கினு வந்திருக்கே ஒரு டாக்ஸியிலே போறத்தானய்யா! சம்சாரத்தை ஒரு கையிலே

தி. ஜானகிராமன்

புடிச்சுக்கினு குளந்தையை ஒரு கையிலே புடிச்சுக்கினு இருந்தா எப்படிய்யா இந்தப் பெட்டியைப் புடிச்சுக்க முடியும்? இதென்ன சின்னப் பொட்டியா? உன்னோட ரண்டு குளந்தங்களையும் வச்சு மூடலாங் கணக்கா இருக்கு! அம்பது அறுபது கிலோ இருக்கு. நீ ஏர்றப்ப பார்த்தேனே – மூச்சப் புச்சுக்கினு ஏர்றத!

முப்பது வயது: நாங்க இப்ப ரயிலுக்குப் போகாம நடுவிலே இறங்கி டாக்சி வச்சிண்டு போகணும்கிறீங்களா!

நா.க.: நீ எப்படியானா போய்யா! எங்களுக்கென்னவாம்! நீ போமாட்ட! போற ஆளாயிருந்தா பஸ்சிலியெ ஏறியிருப்பியா!

முப்பது வயதின் மனைவி: நீங்க ஏன் வாயைக் கொடுக்கறேள்! பேசாம வாங்களேன்.

முப்பது வயது: நானா வாயைக் கொடுக்கறேன். அவங்கன்னா கௌறிண்டே யிருக்காங்க.

நா.க.: சம்சாரமும் தொடங்கிட்டாங்களா? உன் சம்சாரம் கால்ல உயுந்தா இந்தப் பெட்டி, நீ சும்மா இருப்பியாய்யா.

நா.க.: நா கேட்டதுக்கு பதில் சொல்லுய்யா!

முப்பது வயது: தவறி விழுந்திடுச்சு. பரவால்லென்னு சொல்லியிருப்பேன்.

ந.க.: உன் சம்சாரம் கால்லெர்ந்து ரத்தமாகக் கொட்டிச் சின்னாக்கூட!

மு. வயதின் மனைவி: ராமா ராமா – அடுத்த ஸ்டாப்லே நாம இறங்கிக்கலாம். அவா சொல்றாப்பல டாக்சிலியே போலாம்.

மச்சான்: போங்க நாங்க தடுத்தமா?

நா.வ.: என்னாடா சொல்றாங்க?

மச்சான்: அடுத்த ஸ்டாப்லே இறங்கி டாக்சிலெ போறாங்களாம்.

நா.வ.: நாம சொல்றது புடிக்கலெ. நாயத்தைச் சொன்னா இந்தக் காலத்துலெ எவன் கேப்பான்?

இதற்குள் நா.க.வின் இருக்கைக்குப் பின்னால் இருந்த வரிசையில் ஒரு இளங் குரல் கேட்கிறது.

இளங்குரல்: ஏன்யா! உனக்கு என்ன வயசாச்சி! நானும் அப்பலேந்து பாத்துக்கிட்டு வர்றேன். அவரை சத்தாச்சுக் கிட்டே

வர்றே. பொட்டி கால்லியும் விளலெ. விரல்லியும் விளலெ. அவரும் எடுத்து சரியா வச்சிட்டாரு!

நா.க.: உயுந்திருத்தா என்னா ஆயிருக்கும்?

இளங்குரல்: உன் தலை ஆயிருக்கும்! அடச் சை! சும்மா இருய்யா!

மச்சான்: யாருய்யா நீ! நாங்களும் அவரும் பேசிக்கிட்டிருக்கோம். நீ என்னாத்துக்கய்யா குறுக்க வறியாம்! பூனைங்களுக்கு ஆப்பம் பிரிச்ச குரங்காட்டம்!

இளங்குரல்: டேய் என்ன சொன்னே?

கண்டக்டர்: என்னய்யா சத்தம் அங்க?

இளங்குரல்: மறுபடியும் சொல்லு.

மச்சான்: என்னாத்த!

இ.கு.: இப்ப என்னமோ சொன்னியேடா.

மச்சான்: எழுந்துகொள்கிறான் கோபமாக.

இளங்குரல்: வாடா வா இப்படி வா.

நா.வ.: போதும்! போதும். மயிலாப்பூரு வந்தாச்சு. அடுத்தாப்புல இறங்கனும்டா சும்மா இரு.

நா.க.: கம்னு இர்ரா இப்ப எறங்கப் போறோம். ஷ்டாப்பு வந்திரிச்சுல ஸ்டாப்பு.

மச்சான்: நீங்க எறங்கிப் போங்க. நான் இவரைக் கவனிச்சிக்கினு வறேன்.

நாற்பது வயதும் எழுந்து கொள்கிறான்: பக்கத்திலிருந்த முப்பது வயதும் அடுத்த ஸ்டாப்பில் இறங்கத் தயார் ஆகிறார்கள்.

நா.வ.: எந்திரிடா.

மச்சான்: நீ போக்கா. மச்சான் நீங்களும் போங்க. இவரைக் கவனிக்காம நான் வந்திருவனா.

நா.க.: (சிரித்து) அவரு எங்க போறாரோ, எழும்பூர் போறாரோ, கொலகாரன் பேட்டை போறாரோ... எந்திரிடா.

மச்சான்: நான் வல்ல நீங்க போங்க மச்சான்.

நா.க.: அவனைப் பிடித்து இழுக்கிறார். மச்சான் திமிறிக் கொண்டு எழ மறுக்கிறான்.

இளங்குரல்: அவரு இருக்கட்டும். கொலகாரன் பேட்டைக்கு முன்னாலேயே வண்டி திரும்பிடும். பாத்துப்பம்.

பேருந்து நிற்கிறது.

நா.வ.: கீழே இறங்குகிறான். முப்பது வயது பெண்ணும் இறங்குகிறாள்.

நா.வ.: (கீழேயிருந்து) எறங்கி வாடா சோமாரி.

மச்சான்: நீ போக்கா நான் இந்த சோமாரியைக் கவனிச்சுக்கினு வரேன்.

நா.க.: அடச் சை. எந்திர்றா கஸ்மாலம். ஓங்கிப் புடரிலே போடப் போறேன் இப்ப.

'மச்சான் நான் வரப் போறதில்லை.'

இளங்குரல்: பின்னால் திரும்பிப் பார்க்கிறான். கடைசி இருக்கையில் இருந்த ஏழெட்டு இளைஞர்கள் பாய்ந்து வருகிறார்கள்.

நாலுபேர் சேர்ந்து "என்னடா சொல்றான்" கண்டக்டர் விசில் கொடுக்கிறார்.

ஒரு இளைஞர்: ஹோல்டான் ஹோல்டான்.

கண்டக்டர் மீண்டும் ஊதுகிறார். பேருந்து மீண்டும் நிற்கிறது.

நா.க.: மச்சானைத் தரதரவென்று இழுத்துக்கொண்டு இறங்குகிறார். இளங்குரலும் தோழர்களும் கீழே இறங்குகிறார்கள். வாய்க் கலப்பு.

கண்டக்டர் ஊதுகிறார். பேருந்து புறப்படுகிறது.

கண்டக்டர்: நீங்க இந்த ஆளுங்களுக்கெல்லாம் பதில் சொல்லக்கூடாது சார்.

முப்பது வயது: பதில் சொல்ல இஷ்டமில்லை. சும்மா வாயை கிண்டிக்கிட்டே இருந்தார்.

ஒரு பிரயாணி: ஃபுல் லோடு சார்.

கண்டக்டர்: லோடும் இல்லெ கோடும் இல்லெ. சம்சாரத் தோடவும், மச்சானோடவும் மச்சாளோடவும் வாராரு அவரு. அவங்களுக்கு முன்னாலே காமிச்சுக்கணும். சம்சாரத்தை இவரு ஒரு கையால புடிச்சிக்கிட்டார்னு சொல்லிக்கிட்டே வந்தாரே. நெசமா சம்சாரத்தை புடிச்சிக்கிட்டு வந்தது அவுருதான். அத்தெவிட மச்சாளுக்கு முன்னாலே மீசையை முறுக்கிக் காமிச்சுக்கனும், அவ்வளவுதான்.

முப்பது வயது: நீங்க தேவலியே!

மு.வ. மனைவி: சிரிக்கிறாள் (மெதுவாக) உங்களுக்கு மச்சினி இல்லியேன்னு இருக்காக்கும்.

முப்பது வயது: சீ கழுதை! எழும்பூர் வரட்டும். உன் கால்லெ நெசமாவே பொட்டியைத் தள்றேனா இல்லியா பாரு.

(இது நிஜக்கதை. எழுத்தாளர்களோடும் இன்னும் மற்ற பிரமுகர்களோடும் நிகழும் பேட்டிகள். அவைகளின் பின்னால் வரும் சின்னப் புயல்கள் பற்றிய உருவகக் கதையல்ல.

**– தி.ஜா.)**

## காவலுக்கு

"ஐயா ... ஐயா"

பதில் இல்லை உள்ளேயிருந்து.

"சுவாமி! சுவாமி."

பதில் இல்லை.

"வெற்றிலைக்காரம்மா! வெத்தலைக்காரன் வந்திருக்கேன் ..."

"யாரு உள்ள!"

"யாரு?"

"நான்தாம்மா வெத்திலெ."

வேதாந்தி இடைவழியைப் பார்க்கிறார். நடை வழியில் சுவரை ஒட்டி ஒரு திண்ணை. அந்தத் திண்ணையின் மேல் உட்கார்ந்திருந்த கிழமுகம் தெரிகிறது. பொல்லென்று வெளுத்த தலை. நெற்றியில் சந்திர வளையம்போல் திருமண்.

"யாரு! அம்மாவா! எப்ப வந்தீங்க?"

"யாரு?"

"என்ன யாருன்னு கேக்குறிய! தெரியலியா, வேதாந்திம்மா வேதாந்தி. எப்ப வந்தீங்க?"

"அட வேதாந்தியா? யார்றாப்பா இப்படிக் கத்தறதுன்னு பார்த்தேன்" என்று கிழவி இடைக்கழித் திண்ணையிலிருந்து எழுந்து

"யப்பா, யம்மா" என்று தள்ளாடித் தள்ளாடி முந்தானை பின்பக்கம் ஆடுசதைவரை தொங்க நடந்து வந்து வாசல் திண்ணை வரையில் உட்காருகிறாள்.

"எப்ப வந்தீங்க?"

"நான் வந்து பத்து நாளாச்சே."

முந்தாநாத்து நான் வந்து வெத்திலை கொடுத்திட்டுப் போனேனே அம்மாளைப் பாக்கலியே."

"ரண்டாங்கட்டுலெ படுத்திருந்தேன். இப்ப மாட்டுப்பொண்ணு குளிக்கப் போனா, கடசிக் கொல்லைக்கு வாசப் பக்கம் பார்த்துக் கோன்னா. ரேழித் திண்ணையிலே வந்து படுத்துண்டேன். நேத்திக்கிகூட நினச்சுண்டேன் உன்னை. தினமும் குரல் கேக்குமே செத்துப் போயிட்டானோ இருக்கானோ தெரியலியேன்னு நினச்சிண்டிருந்தேன்."

"இப்ப தெரிஞ்சுதா இல்லியா இருக்கேனா செத்திட்டே னான்னு."

"எதுக்காக செத்துப் போகனும் மகராஜனா இன்னும் நூறு வருஷம் இரு. உன் தம்பி சடையன் பட்டச்சேரி அய்யங்கார் நாத்தங்காலெல்லாம் குத்தகைக்கு வச்சிண்டிருந்தானே அவன் செத்துப்போயிட்டானோ இருக்கானோ!"

"நீங்க போன தடவை எப்ப வந்தீங்க?"

"போன தடவையா அது, அஞ்சு வருஷம் ஆச்சு. கான்பூர்லே தான் என் கால்லே ஆணி அடிச்சு வச்சுட்டானே பெரிய புள்ளே. உப்பிலி ரங்கராஜன் எல்லாரையும் பாத்து மாமாங்கம் ஆனாப்போல இருக்குடா இப்ப. நான் எப்படியாவது போய்த்தான் தீர்வேன். ஒத்த காலாலே நின்னேன். அப்புறம்தான் யாரோ துணை கிடைச்சுதுன்னு ரயில்லே ஏத்திவிட்டான்."

"நீங்க அப்பவும் என் தம்பி சடையன் செத்துட்டானா இருக்கானான்னு கேட்டீங்க. ஞாபகமிருக்கா?"

"அப்படியா கேட்டேன்?"

"அப்படித்தான் கேட்டீங்க. அப்ப நான் என்ன சொன்னேன். நெனவு இருக்குங்களா?"

"சொல்லேன்."

"என் தம்பி இப்ப சடையன் இல்லெ. சபாஸ்தியனாப் போய்ட்டான். பட்டச்சாரி நாத்தங்காலெ கிரயத்துக்கு வாங்கி

சொந்தமாப் பயிர் செலவு பண்றான்னு சொன்னேன். உங்களுக்கு மறந்து போச்சு. இப்பவும் அவன் செத்துப்போகலெ நல்லாத்தான் இருக்கான். என் தம்பின்னா எனக்கு அப்புறம் தானே செத்துப் போகணும்."

"குசாலா அவாவா அந்தந்தக் காலத்துலெ செத்துப் போறது தான் நல்லது. அப்படியெங்கே நடக்கிறது? அவர் செத்துப் போனவுடன் "நீ என்னோட வந்து இரும்மா"ன்னு பெரிய புள்ளே கான்பூருக்கு அழைச்சிண்டு போனான். கான்பூரு என்ன கிட்டஞ் சியா கொட்டையூரு, இன்னம் பூரு, சருக்க கோபாலசமுத்ரம் மாதிரி அது கிடக்கு நாலாயிரம் மைலோ ஐயாயிரம் மைலோ எப்பவாவது ரண்டு வருஷம் மூணு வருஷம் நாலு வருஷத்துக்கு ஒரு தடவை வரேன். ஒவ்வொரு தடவையும் கேக்கற சேதி யெல்லாம் தூக்கி வாரிப் போடறது. என் மச்சினன் புள்ளே ஆராமுது பொண்டாட்டி மேலே கோச்சுண்டு கொளத்திலெ விழுந்து ப்ராணனை விட்டுட்டானாம். போனதரம் வந்து ஒரு நாழிக்கெல்லாம் இந்த சேதியைச் சொன்னா சொரேர்னுது எனக்கு. அத்தோடவா, ராதா பொண்டாட்டி என்னோட பரம சிநேகிதி. அவளைப் பார்த்துட்டு வரணுமேடின்னேன் பெரிய மாட்டுப்பொண்ணுகிட்ட. அவ கான்ஸர் வந்து செத்துப் போய்ட்டாம்மான்னாளே பாரு. நாலு நாளைக்கு சோறு எறங்கலெ. இந்த மாதிரிதான் ஒரோரு தடவையும் சின்னது பெரிசுன்னு இல்லாம யாரைப்பத்திக் கேட்டாலும் டீபி வந்துடுத்து, மோட்டார்லே அடிபட்டுடுத்து, மாடு முட்டிடுத்து. ஆத்தோட போயிடுத்துன்னு கேட்டா எப்படியிருக்கும்? நாலஞ்சு வருஷத்துக்கு ஒரு தடவை தானே இந்தப் பக்கம் வரேன் –"

"அது சரி, அப்படின்னா, செத்துப் போயிட்டாங்களா இருக்காங்களான்னு ஏன் கேக்கறீங்க? இருக்காங்களா செத்துப் போயிட்டாங்களான்னு கேக்கப்படாதா?"

"எப்படிக் கேட்டா என்ன? மாத்திக் கேட்டுட்டா மாத்திரம் செத்துப் போனவா பொழச்சி வந்துடப் போறாளா! இல்லெ இருக்கறவாதான் செத்துப் போகாம இருக்கப் போறாளோ?"

"அது இல்லெதான்" என்று வேதாந்தி கூர்தாடியும் காவிப் பல்லுமாகச் சிரிக்கிறார்.

"ராதா செட்டி பொண்டாட்டி தான் செத்துப் போய்ட் டான்னா, இப்ப செட்டியார் செத்துப் போய்ட்டாரோ இருக்காரோ?"

"பார்த்தீங்களா? மறுபடியும் அப்படியே கேட்டுட்டீங்களே."

“ஆமா, நான் கேட்டுத்தான் எசைகேடா ஆயிடுமாக்கும்?

“எசைகேடா ஆகவாணாம். செட்டியாரு நல்லாத்தான் இருக்காரு. ரண்டு சுத்து பெருத்திருக்காரு – சுருங்கல்லாட்டம் இருக்காரு. முன்னெல்லாம் பாய்ல படுக்கை. இப்ப பணத்து மேல படுக்கை. கருங்கல்லு உடம்பை கோரைப் பாயா தாங்கும்? அதான் ஆண்டவன் பணமாவே படுக்கை விரிச்சுட்டான்.”

“ஆமா, கருங்கல்லு. கண்ணை மூடற வேளை வந்துதுன்னா கருங்கல்லாவது பாறாங்கல்லாவது.”

“அதான் இருக்கவே இருக்கே... அது போவுதுங்க... இப்ப கான்பூர்லெ பெரிய ஐயா, பேரன் பேத்தி இவாள்ளாம் நல்லா இருக்காங்களா!”

“நல்லாவும் இருக்காங்க, பொல்லாத்தனமாவும் இருக்காங்க – ஏதோ நடக்கறது – போயேன்?”

“ஏன் இப்படி சொல்றீங்க?”

“பின்னே? பெரிய பேரன் ஒழுங்கா பெல்லாரி பாஷ்யம் அய்யங்கார் பேத்தியைக் கல்யாணம் பண்ணிண்டான். ரண்டாவது பேரன் குண்டூர்லேர்ந்த ஒரு ரெட்டிப் பொண்ணாம். கூடப் படிச்சாளாம். அவளை ஓசப்படாம ரிஜிஸ்தர் கல்யாணம் பண்ணினுட்டான். ரெட்டூ மட்டூன்னு எம்புள்ளே பேரன் மேலே பாஞ்சு பாஞ்சு குதிச்சான். இப்ப எல்லாம் சரியாப் போயிடுத்து. இப்ப அந்தப் பொண்ணு சமையல் உள்ளேயே வந்து காபி போட்டுக் குடுக்க ஆரம்பிச்சுடுத்து. மூணாவது பேரன் எல்லாத்தியும் தாண்டிப் போய்ட்டான். ஸ்ரீ நகர்லேந்து ஒரு துலுக்கப் பொண்ணாம். அவளைத்தான் கல்யாணம் பண்ணிப்பேன்னு குதிக்கிறான். இப்ப அம்மாக்காரி குதிக்கறா. தினம் போது விடிஞ்சா சண்டை. மூஞ்சியை மூஞ்சியைத் தூக்கிண்டு மூலைக்கொண்ணா நிக்கறது?”–

சாதிப் பிரிவினிலே தீயை மூட்டுவோம்
சந்தை வெளியினிலே கோலை நாட்டுவோம்
வீதிப் பிரிவினிலே விளையாடிடுவோம்
வேண்டாத மனையினில் உறவு செய்வோம்
சோதித் துலாலியே தூங்கிவிடுவோம்
சுகமான பெண்ணையே சுகித்திருப்போம்
ஆதிப் பிரமர்கள் ஐந்து பேரும்
அறியார்கள் இதையென்று ஆடுபாம்பெ

என்று பாடிக்கொண்டே எழுந்து நின்றார் வேதாந்தி.

“போரும் போரும்” என்றாள் கிழவி – உப்பிலியின் தாயார்.

மீன் இறைச்சி தின்றதில்லை,
அன்றும் இன்றும் வேதியர்
மீன் இருக்கும் நீரலோ
மூழ்வதும் குடிப்பதும்.
மான் இறைச்சி தின்றதில்லை,
அன்றும் இன்றும் வேதியர்.
மான் உரித்த தோலலோ
மார்பில் நூல் அணிவதும்

என்று ஆட ஆரம்பித்தார்.

"போரும் போருமே" என்று கிழவி காதைப் பொத்திக் கொண்டாள்.

"என்ன அமர்க்களம் இங்கே" என்று குரல்.

கஸ்தூரி குளித்துவிட்டு, ஈரத்துண்டைக் கூந்தல் முடிச்சில் பந்தாக முடித்துக்கொண்டு, புடவையைச் சீராகக் கட்டிக் கொள்ளாமல் முக்கால் சுற்றாக சுற்றிக்கொண்டு வாசல் நிலையில் எட்டிப் பார்த்தாள்.

"என்னய்யா ஆட்டத்துக்கு இப்ப?" என்றாள் வேதாந்தியைப் பார்த்து.

"ஒண்ணுமில்லெ. சந்தோசமா சேதி சொல்றாங்க. சின்னப் பேரன் எங்களவங்க பொண்ணை கலியாணம் சேஞ்சுக்கப் போறாகளாம் கான்பூர்லெ. யாராயிருந்தா என்ன? எங்கிருந்தா என்ன? சீநகரோ சித்தாம்பூரோ

மாட்டிறைச்சி தின்றதில்லை. அன்றும் இன்றும் வேதியர்.

"மாட்டிறைச்சி அல்லவோ மரக்கறிக்கிடுவது" என்று பாடி உட்கார்ந்தார்.

"வேதாந்தி கிட்டவும் சொல்லியாச்சா–பெரிய சமாச்சாரத்தை?" என்று மாமியாரைப் பார்த்துப் பல்லைக் கடித்தாள் கஸ்தூரி அம்மாள்.

"வேதாந்திகிட்ட சொல்லாம தற்குறிக்கிட்டவா சொல்லு வாங்க?... வெத்துல எத்தினி வக்யட்டும்."

"என்ன கேழ்வி ஒரு கவுளி ரண்டு நாவட்டம் தெரியாதா உமக்கு. நீர் வாசல்லே வந்தாலெ ஏதாவது அமர்க்களம். எந்து உள்ள போங்களேன்."

வெற்றிலையைத் திண்ணையிலிருந்து எடுத்துக்கொண்டு வேதாந்தி வாசலில் இறங்குகிற வரையில் நிலைப்படியில் நின்றாள் கஸ்தூரி அம்மாள்.

“ஏந்துண்டு உள்ளே போங்களேன் வெத்திலைக் காராட்டல்லாம் போயி ஆத்து சமாச்சாரத்தையெல்லாம் கொட்டணுமா ஊர் சிரிக்கணுமா?”

“இத்தனை நாளா சிரிக்காதது இப்ப என்ன சிரிச்சுப் போச்சாம்? இப்பதான் தந்தி ரேடியோவெல்லாம் வந்து அலகாபாத்திலே மூச்சு விட்டா அம்மா சத்திரத்திலே வந்து கேக்கறதே. ரண்டாவது பேரன் ரெட்டி பொண்ணைக் கலியாணம் பண்ணிண்டு ரண்டரை வருஷமாச்சு. அது தெரிஞ்சுட்டுப் போகட்டும். மூணாவது பேரன் துலுக்கப் பொண்ணைப் பண்ணிக்கப் போறானாமேன்னு இந்தத் தெரு கிருஷ்ணமாச்சாரிக்கு எப்படித் தெரியும். வரதய்யங்காருக்கு எப்படித் தெரியும்? நான் ஊருக்கு வந்ததும் வராததுமா ரண்டு பெரும் கேட்டாளே? வந்த அன்னிக்கே கேட்டாளே? எப்படி! மறுநாளைக்கு ஆமடையா வந்து அப்படியா சமாசாரம்னு குசுகுசுன்னாளே ரண்டாங்கட்டுலே என்னோட பேசறேன்னு!”

“நான் சொன்னேன்னு சொல்றேளா?”

“நீ சொன்னேன்னா சொன்னேன்.”

“நீங்க சொல்றதை அப்படித்தானே அர்த்தம் பண்ணிக்க வேண்டிருக்கு?”

“ஆமா பெரிய அர்தத்தைக் கண்டுட்டே ... போடீ போ.”

“சரி, நீங்க உள்ளே வந்து படுத்துக்குங்கோ.”

உப்பிலி வயலிலிருந்து வந்ததும் சமாசாரத்தைச் சொல்லி கஸ்தூரி அம்மாள் அவரை உசுப்பி விட்டாள். அவர் தாயாரைப் பார்த்துக் கத்தினார்.

“நீ எதுக்கு ரேழி திண்ணெல படுத்துக்கற. ரண்டாம் கட்டுலெயே படுத்திண்டிருக்கறதுக்கு என்னவாம்?”

“அவதானடா சொன்னா நான் குளிக்கப்போறேன். வாசல் பக்கம் பார்த்துக்கோன்னு. ரேழியிலெ வந்து படுத்துண்டேன்.”

இனிமே ரண்டாங் கட்டுலெ படுத்துக்கோ.

“நான் மாட்டேன், அங்கே புழுங்கித் தள்ளுது, நான் ஒரு மாசமோ ரண்டு மாசமோ இங்க இருக்கற வரைக்கும் ரேழியிலே தான் படுத்துப்பேன்” என்று அடம் பிடிக்கிறாள் கிழவி.

அன்று மாலை உப்பிலியும் கஸ்தூரி அம்மாளும் கடைத் தெருவுக்குக் கிளம்பினார்கள்.

“காம்ரா உள்ளே நன்னாப் பூட்டிண்டு வா” என்று சொல்லிக் கொண்டே வாசலுக்குப் போனார் உப்பிலி.

ரேழியைக் கடக்கும்போது, “எல்லாம் பூட்டியாச்சு ரேழியிலெ காவலுக்கு நாய் படுத்துண்டிருக்கே” என்று கிழவி காதில் மட்டும் விழும்படியாகச் சொல்லிக்கொண்டே வாசல் நிலையைக் கடந்தாளாம் கஸ்தூரி அம்மாள்.

“சின்ன நாய் வெளியே போனா பெரிய நாய்தான் காவல் காக்கணும்” என்று சற்று உரக்கவே கொடுத்தாள் கிழவி.

பாருங்கோ உங்கம்மா பேசறதே!

“என்ன?”

“உங்கம்மாவையே வந்து கேளுங்கோ?”

“என்னத்தைக் கேக்கறது?”

“உள்ளே வந்து கேளுங்கோ?”

உப்பிலி புருவத்தைச் சுருக்கி ரேழிக்கு வருகிறார்.

“என்னம்மா சொன்னே?”

“அவளையே கேளேன். அவ முதல்லெ என்ன சொன்னாள்னு.”

“நீ என்ன சொன்னே?” – மனைவியிடம் உப்பிலி.

“அதான் ரேழியிலே காவல் இருக்கே. எதுக்குப் பயப் படறேள்னு உங்ககிட்டதான் சொல்லிண்டு வந்தேன்.”

“அப்படியா சொன்னே நாய் படுத்திண்டிருக்கு காவலுக் குன்னு சொல்லலே?”

ராட்சசிக்குப் ப்ரோக்ஷசின்னு சொல்லனும் போல இருக்கு எனக்கு. நீ எனக்கு அம்மா. நீ எனக்குப் பொண்டாட்டி. சரிசரி போ [illegible]த்து புலி சேர்ந்து விளையாடும் ரண்டு பொம்பனாட்டி?... சரி சரி... போ. மொறைக்க வாண்டாம்.”

ஒரு பயந்த அதட்டல். கஸ்தூரி முன் போக உப்பிலி பின் தொடர்கிறார்.

“நீங்க சண்டை போடாம செளஜன்யமா இருங்கோ. ஆண் நாயும் பெண் நாயும்” என்று முணுமுணுக்கிறாள். ரேழித் திண்ணையில் ஒருக்களிக்கிறாள் கிழவி.

# . . . ப்பா

## (இலக்கியச் சிந்தனை பரிசு பெற்றது)

நான் தூங்குகிறேனா என்ன! இல்லையே... நான் விழித்துக் கொண்டிருக்கிறேனே, பின்னே ஏன் இந்த சந்தேகம்? ஒரு நாய் எப்படி இங்கிலீஷில் குரைக்கும்?

நாய்க்கு மொழி ஏது? இருக்கிறது. ஒரு மொழி தானே! குரைப்பு ஒன்றுதானே மொழி . . . இல்லா விட்டால் மீமீ என்று சன்னக் குரலில் குழையும் – வாலையும் குழைக்கும். பின்னே ஏன் எனக்கு மட்டும் ஒரு நாய் இங்கிலீஷில் குரைப்பதுபோல் கேட்கிறது! கனவா! இல்லையே அரை தூக்கம் கூட இல்லையே. நல்ல முரட்டு விழிப்பாகத் தானே உட்கார்ந்துகொண்டிருக்கிறேன். இங்கிலீஷில் தான் குரைக்கிறது. என்ன வார்த்தைகள் இவை . . .

கூர்ந்து கேட்கிறார் அவர்.

"வௌவ் வௌவ் . . . டெர்ரி டோரியல் இம்பப ரேட்டிவ் . . . வௌவ் வௌவ் . . . டெர்ரிடோரியல் இம்ப்பரேட்டிவ் . . . வௌவ் வௌவ் . . . டெர்ரி டோரியல் இம்ப்பரேட்டிவ்..." இப்போது தெளிவாகக் கேட்கிறது . . . ஆமாம். ஒரு நாய் தான் . . . டெர்ரி டோரியல் இம்ப்பரேட்டிவ் என்றுதான் குரைக் கிறது... இது என்ன டெர்ரிடோரியல் இம்ப்பரேட்டிவ் அப்படி என்றால்?

அவர் வாசல் விளக்கைப் போட்டு கதவைத் திறந்து வெளியே பார்த்தார்.

குரைக்கின்ற நாய் அவர் பக்கம் திரும்பிற்று.

"கூப்புட்டீர்களா?" என்று கேட்கிறது.

"இல்லையே."

"பின் ஏன் விளக்கைப் போட்டு கதவைத் திறந்தீர்கள்?"

"நீதானே இங்கிலீஷில் குரைத்தாய்?"

"இங்கிலீஷிலா குரைத்தேன்?"

"பின்னே டெர்ரிடோரியல் இம்ப்பரேட்டிவ்" என்ன தமிழா இல்லே உருது என்ற எண்ணமோ?"

"எனக்கு அதெல்லாம் தெரியாது, அந்த ஜகதுசாரும் உப்பிலியும் பேசிக்கொண்டிருந்தார்கள். கேட்டேன். சரி. நம்ம விஷயமாச்சே என்று அந்த வார்த்தையைப் பிடித்துக்கொண்டேன். அதையே சொல்லிக் குரைக்கிறேன்."

"இதுக்கு என்ன அர்த்தம்?"

"அதெல்லாம் இங்கே நடு வாசலில் நின்று பேச முடியாது."

"உள்ளே வந்து சொல்லேன்."

"நான் உள்ளே வரலாமா?"

"ஏன் வரக்கூடாது? இங்கிலீஷில் குரைக்கிறாய்?"

"தெரு நாய் ஆச்சே நான்."

"பரவாயில்லெ. இங்கிலீஷில் குரைக்கிறபோது உள்ளே வந்தால் என்ன? வா. வா... உட்காரு..."

"நான் உட்கார வேண்டாம். அதெல்லாம் அதோ சோபாவில் வெல்வெட் குஷனில் சுகமாகத் தூங்கி, என்னைக் கண்டதும் பயந்து இறங்கி சமையல் உள்ளுக்குள் ஓடுகிறதே அந்த மியாவ் மியாவுக்கே உங்கள் சொகுசு சோஃபாவெல்லாம் இருக்கட்டும்."

"சரி – நீ குரைத்ததற்கு அர்த்தம் சொல்லு."

"சொல்கிறேன். ஆனால் நான் ஒன்று கேட்கிறேன். முன்னால் அதுக்குப் பதில் சொல்லுங்கள். அப்புறம் நான் சொல்லுகிறேன்."

"என்ன?"

"நாயேன் உன்பாலன்றி எங்கே சொல்வேன் என்று ஒரு பாட்டில் வருகிறதே கேட்டிருக்கிறீர்களா?"

"கேட்ட ஞாபகம்."

"நாயேன் ஏழைபால் தயை செய்வாயே" என்று பாட்டில் வருகிறது.

"ஆமாம். ஆமாம்... பாபநாசம் சிவன் பாட்டு என்று நினைக்கிறேன்."

"இருக்கலாம். பாடினவர் புத்திசாலிதான். பைரவி ராகத்தில் பாடியிருக்கிறார். பைரவி என்றால் எங்கள் நாய் இனத்தையும் குறிக்கும்."

"பொல்லாத நாயா இருக்கியே!!"

"நல்ல நாய் என்று சொல்லுங்கள். நாயேன் உன்பாலன்றி எங்கே செல்வேன் என்று ஏதோ நாயாரைப் பற்றிக் கேட்கிறான் ஒரு மனுஷன். இதன் அர்த்தம் என்ன?"

அவர் யோசித்துவிட்டு நாய்க்கு பதில் சொல்கிறார். "நாய் நன்றி உள்ள பிராணி. எசமானை விட்டு எங்கும் போகாது. வேறு யாரிடமும் வாலைக் குழைத்துக்கொண்டு பல்லை இளிக்காது."

"கரெக்ட்... எங்கள் எசமானில்லாத ஒருவன் நூறு பிஸ்கட்டைக் காட்டினால்கூடப் பல்லை இளித்துக்கொண்டு ஓடமாட்டோம். கட்சி மாற மாட்டோம். அப்படி இருக்கும்போது நாயும் பிழைக்கும் இந்தப் பிழைப்பு என்றெல்லாம் கட்சிமாறும் மனிதர்களை ஏன் திட்டுகிறார்கள்? எங்களைத் திட்டுகிறார்களா? அந்த மனுசங்களைத் திட்டுகிறார்களா?"

"..."

"பதில் சொல்லுங்கள்."

"..."

"என்ன யோசிக்கிறீர்கள்?"

"எசமான் இருக்கிற நாய்தானே? இன்னொரு ஆள் நூறு பிஸ்கட்டைக் காட்டினால்கூட பல்லை, இளித்துக்கொண்டு போகாது என்று சொன்னாய். எசமான் இல்லாத நாய்கள் எத்தனை இருக்கு?"

"என்னைப்போல இண்டிபெண்டெண்ட்டா, சுதந்தரமா எசமானே இல்லாத நாய்களைச் சொல்கிறீர்களா?"

"ஆமா,"

“நீங்கள் இந்தக் கேள்வி கேட்பீர்கள் என்று எதிர்பார்த்தேன். எனக்கு இந்தத் தெரு எசமான். இந்தத் தெருவில் உள்ள நீங்கள் இன்னும் மற்றவர்கள் அவர்களுடைய குடும்பம் குழந்தைகள் எல்லாரும் சேர்ந்து மொத்தமாக எசமான். அப்படிச் சொல்வதை இந்தத் தெரு என் சொத்து மாதிரி, நான் உங்களுக்குக் காவலாளி. நான் இதை விட்டு வேறு எங்கும் போகமாட்டேன், இந்த ஊரிலேயே வேறு தெருவுக்கு அல்லது வார்டுக்கு தேர்தலுக்கு நிற்கமாட்டேன். நான் அந்த வேறு தெருவைச் சேர்ந்தவன் என்றெல்லாம் ‘டூப்’ அடிக்க மாட்டேன். நாய்களும் அதை ஒப்புக்கொள்ளாது, இந்த நாய் இந்தத் தெரு. அந்த நாய் அந்தத் தெரு, அந்தத் தெரு நாய் இங்கே வந்தாலும் கொதறித் தீர்த்துவிடுவேன், வேற்று நாய் இங்கே வரவும் துணியாது: இண்டிபெண்டெண்ட் என்று யாரும் இந்த நாய் வர்க்கத்தில் கிடையாது. ஒரே தெருவுக்குள் ஒரு நல்ல மனிதன் இருந்தால் பிரியமாக இருப்பேன். பொல்லாத மனிதன் இருந்தால் ஒதுங்கி நிற்பேன். இந்த அளவில் இண்டிபெண்டெண்ட் என்று சுமாராகச் சொல்லலாம். நல்ல ஆட்களிடம் பிரியம் காட்டுகிறவர்கள்தான் இண்டிபெண்டெண்ட். அதுதான் நிஜமான சுதந்தரம்.”

“ரைட். ஆனா நீ என் கேள்விக்கு இன்னும் பதில் சொல்லலியே!”

“எது?”

“டெர்ரிடோரியல் இம்ப்பரேட்டிவ்.”

“நாசமாய்ப் போச்சு. அதைத்தான் இத்தனை நேரமும் சொல்லிக் கொண்டிருந்தேன். ஜகது எதையோ உப்பிலியிடம் சொல்லிக்கொண்டிருந்தார், இந்த உலகத்தில் தான் படைத்த ஜீவஜந்துக்கள் எல்லாவற்றுக்கும் ஆண்டவன் ஒரு நிலம். ஒரு டெரிடெரி கொடுத்திருக்கிறாராம். அந்த நிலத்தில் வேறு யாரும் உரிமை பாராட்டக்கூடாது. அது அதுக்கு தன் பிராந்தியத் துக்கு மேல் ஒரு ஆட்சி, ஒரு உரிமை உண்டு அதுதான் டெர்ரிடோரியல் இம்ப்பரேட்டிவ் என்று ஜகது உப்பிலியிடம் சொல்லிக்கொண்டிருந்தார். கட்சி மாறிகளைப் பார்த்து நாயும் பிழைக்கும் இந்தப் பிழைப்பு என்று கிண்டல் பண்ணுகிறான்களே. நெசம்மா நாய்களுக்கு இது தெரிஞ்சதுன்னா நம்மை எல்லாம் என்ன பண்ணுமோ என்று ஜகது சொல்லிக்கொண்டிருந்தார். “கரெக்ட் தெருவுக்கு ஒரு நாய் இருந்தால் போருமே ஆயிரம் பூட்டுக்கு சமானம்” என்று உப்பிலி மாமா கூட சொல்லிக் கொண்டிருந்தார். இதையெல்லாம் கேட்டுக்கொண்டே

இருந்தேன். இந்த 'டெர்ரிடோரியல் இம்ப்பரட்டிவ்' என்கிற வார்த்தை கடகடவென்றும் படபடவென்றும் அதிகாரத்தை வெளிப்படுத்துகிற மிடுக்கு வார்த்தையாக இருந்தது. அதைச் சொல்லிச் சொல்லிக் குரைக்கிறேன். குரைக்க குரைக்க எனக்கே ஒரு தன்னம்பிக்கை மிடுக்கு பெருமிதம் எல்லாம் உடம்பில் மதமதக்கிறது. இனிமேல் உப்பிலி மாமா மாமாங்கத்துக்கு ஒரு தடவை வீட்டைப் பூட்டிக்கொண்டு போனால்கூட வாசல் பூட்டு, கொல்லைப் பூட்டு மட்டும் போட்டால் போதும். நான் இருக்கிறேன். நீங்களும் கவலைப்பட வேண்டாம். இந்தத் தெருவுக்கு நான் ராஜா. இது என் டெர்ரிடோரியல் இம்ப்பரிட்டிவ்."

நாய் கம்பீரமாய்ப் பார்த்தது.

"நல்ல ஆளப்பா நீ..."

"ஆளப்பாவா? நாயப்பா..." என்று நாய் வெளியே போயிற்று.

"கதவை சாத்திக்கொள்ளுங்கள் வௌவ் வௌவ் வௌவ் டெர்ரிட்டோரியல் இம்ப்பரிட்டிவ் டெர்ரிட்டோரியல்."

ஏதோ தெருவுக்கே பட்டா வாங்கிவிட்டதுபோல் நாய் வீராப்பாகக் குரைக்கத் தொடங்கிற்று.

*தினமணி கதிர்*, 2.7.82

## ஆசிரியரின் பிற நூல்கள்

*நாவல்*
- அமிர்தம்
- மோக முள்
- அம்மா வந்தாள்
- அன்பே ஆரமுதே
- மலர்மஞ்சம்
- உயிர்த் தேன்
- செம்பருத்தி
- மரப்பசு
- நளபாகம்

*குறுநாவல்*
- சிவஞானம்
- அடி

*சிறுகதை*
- கொட்டு மேளம்
- அக்பர் சாஸ்திரி
- யாதும் ஊரே
- பிடிகருணை
- சக்தி வைத்தியம் (சாகித்திய அக்காதெமி விருது, 1979)
- மனிதாபிமானம்
- எருமைப் பொங்கல்

*பயண நூல்*
- உதய சூரியன்
- நடந்தாய் வாழி காவேரி (சிட்டியுடன்)
- கருங்கடலும் கலைக்கடலும்
- அடுத்த வீடு ஐம்பது மைல்

*மேடை நாடகங்கள்*
- டாக்டருக்கு மருந்து
- நாலு வேலி நிலம்
- வடிவேலு வாத்தியார்

*முழுத் தொகுப்பு*
- தி. ஜானகிராமன் சிறுகதைகள்